નરેન્દ્ર મોદી

મુખ્ય મંત્રી, ગુજરાત રાજ્ય

સંદેશ

રાજ્યની સ્થાપનાની સુવર્ણ જયંતીનો અવસર આપણે ઊજવી રહ્યા છીએ ત્યારે વાંચે ગુજરાત અને તરતું પુસ્તક જેવા અભિનવ સંકલ્પો આપણા સાહિત્ય, કલા અને સંસ્કૃતિના વારસાને દેદીપ્યમાન રાખે એવી અપેક્ષા આપણે સૌને માટે પ્રેરણાદાયી બને તે જરૂરી છે.

ગુજરાતી સાહિત્ય ક્ષેત્રે સર્વાંગીણ સાહિત્યની રચનામાં શ્રેષ્ઠ પ્રદાન કરનારા લેખકોની કૃતિઓ આ અવસરે પુનઃમુદ્રિત અને પુનઃપ્રકાશિત થાય એ ઉત્તમ સાહિત્યસેવા ગણાશે. આમ વાચકને એના મનગમતા લેખકનું પુસ્તક પ્રાપ્ત થાય, રાજ્યનાં ગ્રંથાલયો આવાં પ્રેરણાદાયી પુસ્તકોથી સમૃદ્ધ બને તેવી શુભેચ્છા સાથે.

સૌનો,

સત્યમેવ જયતે

(નરેન્દ્ર મોદી)

કેન્દ્રિય સાહિત્ય અકાદમી દ્વારા પુરસ્કૃત

આગન્તુક

ધીરુબહેન પટેલ

ગૂર્જર ગ્રંથરત્ન કાર્યાલય

રતનપોળનાકા સામે, ગાંધી માર્ગ, અમદાવાદ ૩૮૦ ૦૦૧

આગન્તુક
ધીરુબહેન પટેલ

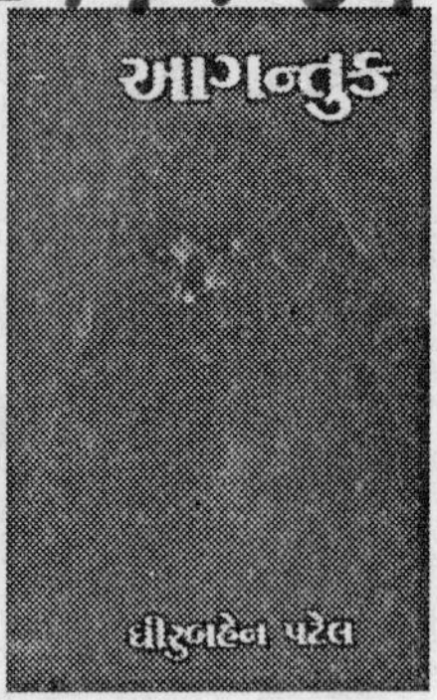

કિંમત : રૂ. 80

પુનર્મુદ્રણ : એપ્રિલ, 2011
પહેલી આવૃત્તિ : 1996
પુનર્મુદ્રણો : 2000, 2002, 2001, 2003

AAGANTUK :
Gujarati novel by Dhiruben Patel
Published by Gurjar Grantha Ratna Karyalaya,
Gandhi Road, Ahmedabad 380 001, (India)

© ધીરુબહેન પટેલ

પૃષ્ઠ : 4+120

ISBN : 978-81-8480-509-3

નકલ : 1250

■ પ્રકાશક : અમરભાઈ ઠાકોરલાલ શાહ **ગૂર્જર ગ્રંથરત્ન કાર્યાલય** રતનપોળનાકા સામે, ગાંધીમાર્ગ, અમદાવાદ-380 001 ■ ટાઇપસેટિંગ : **શારદા મુદ્રણાલય** 201, તિલકરાજ, પંચવટી પહેલી લેન, આંબાવાડી, અમદાવાદ-380 006 : ફોન : 26564279 ■ મુદ્રક : **ભગવતી ઑફસેટ** 16/સી, બંસીધર એસ્ટેટ, બારડોલપુરા, અમદાવાદ-380 004

ज्ञानाग्नेर्मूर्तरूपं तं कषायवस्त्रधारिणं ।
श्रीगंगेश्वरानन्दं सद्गुरुं प्रणमाम्यहम् ॥

ધીરુબહેન પટેલનાં પુસ્તકો

નવલકથા

વડવાનલ ૧૯૬૩/૧૯૮૩/૨૦૦૯
શીમળાનાં ફૂલ ૧૯૭૬/૧૯૭૯
વાવંટોળ ૧૯૭૦
વમળ ૧૯૭૯
ગગનનાં લગન ૧૯૮૪
કાદંબરીની મા ૧૯૮૮/૧૯૯૬/૨૦૧૦
એક ફૂલગુલાબી વાત ૧૯૯૦
એક ડાળ મીઠી ૧૯૯૨/૨૦૧૦
પેઇંગ ગેસ્ટ ૧૯૯૮
સંશયબીજ ૧૯૯૮
અતીતરાગ ૨૦૦૦

લઘુનવલ

વાંસનો અંકુર ૧૯૬૮/૧૯૮૦/૧૯૮૪/૨૦૦૪/૨૦૦૬
એક ભલો માણસ ૧૯૭૯/૧૯૮૮
આંધળી ગલી ૧૯૮૩/૧૯૮૮/૧૯૯૦/૨૦૦૨/૨૦૧૦
હુતાશન ૧૯૯૩
આગંતુક ૧૯૯૬/૨૦૦૦/૨૦૦૨
અનુસંધાન ૨૦૦૨

વાર્તાસંગ્રહ

અધૂરો કોલ ૧૯૫૫/૨૦૦૯
એક લહર ૧૯૫૭/૨૦૦૯
વિશ્રંભકથા ૧૯૬૬/૨૦૦૯
ટાઢ ૧૯૮૭
જાવલ ૨૦૦૧

હાસ્યકથા

કાર્તિક અને બીજા બધા ૧૯૮૮
કાર્તિક રંગરસિયો ૧૯૯૦

નાટક

પહેલું ઇનામ ૧૯૫૫
પંખીનો માળો ૧૯૫૬ (ધનસુખલાલ મહેતા સાથે)
વિનાશને પંથે ૧૯૬૧

ભવાઈ

ભવની ભવાઈ ૧૯૮૮

રેડિયોનાટક

મનનો માનેલો ૧૯૫૯
માયાપુરુષ ૧૯૯૫
આકાશમંચ ૨૦૦૫

એકાંકીસંગ્રહ

નમણી નાગરવેલ ૧૯૬૧

બાળસાહિત્ય

અંડેરી ગંડેરી ટીપરી ટેન ૧૯૬૬
ગોરો આવ્યો ૧૯૮૭
બતકનું બચ્ચું ૧૯૭૩/૧૯૮૭
મિત્રાનાં જોડકણાં ૧૯૭૩/૨૦૧૦
પરદુઃખભંજન પેસ્તનજી ૧૯૭૮/૨૦૧૦
ગગનચાંદનું ગધેડું ૨૦૦૧
સૂતરફેણી ૨૦૦૮

અનુવાદ

ટોમ સૉયરનાં પરાક્રમો ૧૯૬૦/૧૯૯૩/૨૦૧૦
હકલબરી ફિનનાં પરાક્રમો ૧૯૬૭/૧૯૯૩
ચાલો હસીએ ૧૯૯૫

સંપાદન

કિશોર વાર્તાસંગ્રહ

આગન્તુક

●

ધીરુબહેન પટેલ

રોશનીથી ઝળહળતા ખંડમાં જામેલી
મહેફિલમાં બહારના અંધકારમાંથી
ઊડીને આવેલું પક્ષી એક બારીએથી
પ્રવેશી બીજી બારીએથી નીકળી
જાય એટલા સમયની આ વાત...

૧

વહેલી સવારે ઈશાન જાગી ગયો.

એક ઉપર એક ત્રણ પાટિયાં હતાં. વચ્ચેના પાટિયાવાળો માણસ ઊઠે નહીં ત્યાં લગી બેસી શકાય નહીં. સૂઈ જ રહેવું પડે. અગર પછી આસ્તેથી સરકી જવાનું અને ઊભા રહેવાનું. એય કંઈ સહેલું નહોતું અને મુંબઈ આવવાને હજી ઘણી વાર હતી.

કોઈએ બારી ખુલ્લી રાખી હતી. અજાણ્યા નિર્જન પ્રદેશનો વાયુ ગાડીની ગતિથી વીંધાઈને આક્રોશપૂર્વક આગળ ધસી આવતો હતો. એની તીવ્ર થપાટો ટુકડા ટુકડા થઈને વાગતી હતી. પૈડાંની અવિરત એકધારી ગતિ સૂતેલાં શરીરોને નિર્મમતાથી હલબલાવતી એક કર્કશ તાલબદ્ધ અવાજમાં લીન થઈ જતી હતી.

ઈશાન એમ ને એમ પડી રહ્યો. એક મોટી ફલાંગ મારીને આઘેના ભૂતકાળને પકડવા મથતા મનને જે કરવું હોય તે કરવા દીધું. ક્યારેક કંઈ હાથમાં આવી જતું તો ક્યારેક હાથ ઘસીને બેસી રહેવું પડતું. ઈશાન આશ્ચર્યથી મનની આ બધી ચેષ્ટા નીરખ્યા કરતો હતો. એકાએક એની છાતી પાસે કાળા પાટલૂનવાળા બે ભારે પગ લંબાયા અને હવામાં સહેજ ઝૂલીને એની ચાદર પર પડ્યા. સૌથી ઉપરના પાટિયાવાળો માણસ ઊઠ્યો હતો. મોટો શ્વાસ લઈને એણે પોતાનું ગંજાવર શરીર નીચે આણ્યું અને ઈશાનને અઢેલીને એ અધૂકડો બેઠો. ચંપલ શોધીને પહેર્યા પછી એ પાછો ઊભો થયો અને આસ્તેથી ડબ્બાના છેડા ભણી ચાલવા લાગ્યો.

એનો એ સ્વાભાવિક સ્પર્શ ઈશાનને ઘણો જ અસહ્ય લાગ્યો. એને થયું કે મારે હમણાં ને હમણાં ગમે તે રીતે સ્નાન કરી લેવું જોઈએ. આ ચાદર, આ કપડાં બધું તરત ધોઈ નાખવું જોઈએ. ચોખ્ખી હવામાં સૂકવી દેવું જોઈએ, પરંતુ એ તો ટ્રેનના ડબ્બામાં હતો. અને ટ્રેન ઈશાનના મનની લેશ પણ પરવા કર્યા વિના મુંબઈ તરફ ભાગતી હતી.

થોડી વારે પેલો પાછો આવ્યો. અને વચલા પાટિયાવાળાને હલાવીને કહેવા લાગ્યો, 'ચલો સુલેમાન, થોડી દેરમેં બોરીવલી આ જાયેગા.' સુલેમાનને ઊઠવું નહોતું. એણે સૂતાં સૂતાં જ કહ્યું, 'અભી તો વિરાર કા પુલ ભી નહીં આયા !'

'નહીં આયા તો આયેગા. તુ ઊઠ તો સહી.'

બગાસું ખાતો ખાતો સુલેમાન ઊઠ્યો એટલે એનું પાટિયું નીચે પાડી શકાયું ને ત્રણ જણ નીચેના પાટિયા પર બેઠા. ઈશાન બારી પાસે હતો એટલે આછા અજવાળામાં દૂરની ક્ષિતિજે ધરેલા અવનવા આકાર જોઈ શકતો હતો. પેલા બે પોતાની વાતોમાં ગૂંથાયા હતા. એટલામાં સામેના પાટિયા પર સૂતેલી બાઈનું બાળક રડવા લાગ્યું. ઉપરથી કર્કશ અવાજ આવ્યો, 'એને છાનો રાખ !' બાઈ આજ્ઞાંકિતપણે બાળકને થાબડવા લાગી અને 'સૂઈ જા હોં !' એવું કહેવા લાગી, પણ બાળકને તો રડવું જ હતું. આખરે પુરુષ ઊઠ્યો અને બીડી ચેતાવી લીધા પછી બાળકને વઢવા લાગ્યો, 'મોઢું બંધ કર. હમણાં ને હમણાં બંધ કર નહીં તો આ દરિયામાં નાખી દઈશ.'

વિરારની ખાડી હતી. વિશાળ પ્રલંબ જલરાશિ. આથમતા ચંદ્રનું અને ઊગતા પ્રભાતનું અજવાળું ભેગું મળીને હાલકડોલક થતા પાણી પર તેજની ચાદર પાથરતું હતું. કેટકેટલાં જળચર જીવજંતુ આની અંદર જન્મી જીવીને જતાં રહેતાં હશે ? તેમનું આ જ વિશ્વ ! નક્કર જમીન કે વાયુમય અવકાશનું તેમને સ્વપ્નું પણ નહીં. ઈશાન મન પરોવીને એ તરફ જોઈ રહ્યો હતો. વળી વિચાર આવ્યો, કોને ખબર છે ધરતી પરનાં જીવજંતુઓ માટે પણ કોઈક ઉપર રહીને આવું જ નહીં વિચારતું હોય ? દયાથી નહીં જોતું હોય ?

ખુલ્લી બારીમાંથી ચીકણી ખારી વાસ અંદર ધસી આવી. પુલ પૂરો થઈ ગયો હતો. કાંઠાનો કાદવ કદાચ મરેલાં શંખલાં છીપલાં અને માછલાં સંઘરીને પડ્યો હશે. નજર ઠરે ન ઠરે એટલામાં દૃશ્ય સરી જતું હતું. વળી પાછો ભૂમિખંડ, વળી પાછો જલરાશિ–ધનનન ધનનન ધિનક ધિનક કરતી આગળ ને આગળ ચાલી જતી ટ્રેન ! ઈશાનના મનમાં અજંપો થવા લાગ્યો. આ બધું શું થઈ ગયું ! પોતે ક્યાં આવી પડ્યો ?

બોરીવલી આવતાંમાં અરધો ડબો ખાલી થઈ ગયો. પ્લૅટફૉર્મ પરના ચહેરાઓમાં ક્યાંય મૈત્રીભાવ નહોતો. કોઈ ઉપેક્ષાથી તો કોઈ ધંધાની કામનાથી, તો કોઈ તુચ્છકારથી બારીના સળિયા પાછળ પુરાયેલા માણસો સામે જોઈ રહ્યા હતા. ઈશાન સહેજ સંકોચ પામીને બારીથી દૂર ખસ્યો. હજી તો દાદર આવશે, પછી બૉમ્બે સેન્ટ્રલ. ત્યાં લગી અહીં આમ જ બેસી રહેવું પડશે. એકાદ-બે ડચકાં ખાઈને ગાડી પાછી ઊપડી. લાગ્યું કે આ કોઈ બીજું જ શહેર છે. પોતે ભૂલેભૂલે અહીં આવી ચડ્યો છે. પંદર વરસ પહેલાં ક્યાં હતું આ બધું ? મોટાં મોટાં સિમેન્ટનાં ડબલાં. એકબીજા સાથે કશી લેવાદેવા નહીં – ધરતી કેટલા ભારે મરે છે, ક્ષિતિજરેખા

કેટલી બધી ચહેરાઈ-ચૂંથાઈ ગઈ છે, તેનીયે કશી તમા નહીં. માત્ર રહેઠાણના ખડકલા !

આમાંથી મારગ કરવો પડશે. આવી જ કોઈક બખોલમાં જઈને સંતાવું પડશે. શું થશે ઈશાનનું ? પણ હવે તો એક જ ગતિ હતી પોતાની પાસે, આગળ, આગળ આગળ ઊંધે માથે દોટ મૂકતી ગાડીની સાથે જ પોતાનું ભાવિ સંકળાયું હતું. ભૂતકાળ ખૂબ દૂર રહી ગયો હતો. આશ્ચર્યચકિત થઈને તે બારીની બહાર જોતો રહ્યો. જૂના મુંબઈને શોધતો રહ્યો અને સામેથી જતી લોકલ ટ્રેનોમાં તથા પ્લૅટફૉર્મ પર અત્યારના પહોરમાં ઊભરાતા પાર વિનાના જાતજાતના લોકોને શૂન્ય દૃષ્ટિથી જોતો રહ્યો.

સેન્ટ્રલ સ્ટેશન પર ઊતરીને એ થોડી વાર ઊભો રહ્યો. કોઈ લેવા આવે એવી કંઈ આશા હતી નહીં, પણ આ ઘમસાણ, આ ગિરદીમાં પોતે ખરેખર શું કરવું જોઈએ તેની એને સમજ પડતી નહોતી. આખરે નાનો થેલો ખભા પર ભેરવીને મોટો થેલો હાથમાં ઊંચક્યો. પુસ્તકોનો ભાર માત્ર મગજને નહીં, હાથને પણ લાગે છે. અવારનવાર હાથ બદલતો તે સ્ટેશનની બહાર નીકળ્યો અને સરનામાનો કાગળ આગળ ધરી ટૅક્સીવાળાની મહેરબાની મેળવવાની કોશિશ કરવા લાગ્યો. પાંચમા ટૅક્સીવાળાએ ઉદારતાથી પાછલું બારણું ખોલીને એને અંદર લીધો.

ટ્રેનમાંથી જે શહેર અજાણ્યું લાગતું હતું તે રસ્તા પરથી તો છેક જ નવું અને વિચિત્ર લાગવા માંડ્યું. બધું જાતજાતનું જોઈ સાંભળી સૂંઘીને જાણે મગજ બહેર મારી જતું હતું. જેમતેમ કરીને એ બેસી રહ્યો.

આખરે ટૅક્સી ઊભી રહી. મીટર જોઈને પૈસા આપવા જતા ઈશાનને તુચ્છકારથી રોકીને ટૅક્સીવાળાએ કાર્ડ સામે ધર્યું. ઓહોહો ! આટલા બધા પૈસા ? પણ આપવા પડ્યા. મકાનનું નામ બરાબર જોઈ લીધું. પદ્મરાગ, પાંચમે માળે, આશુતોષ પરીખ. આ જ સરનામે કાગળપત્રનો વ્યવહાર ચાલતો હતો. લિફ્ટમાં ઉપર જઈને બારણાની ઘંટડીનું બટન દબાવ્યું. સંગીતનો એક લાંબો લટકો સંભળાયો અને એના ઘોષ શમે એ પહેલાં બારણાની નાનકડી બારી ખૂલી. કોઈએ એની સામે સાવધાનીભરી નજર નાખી. પછી સાંકળ ખસવાનો, સ્ટૉપર ખૂલવાનો અને ભારે કડી ઊંચકાવાનો અવાજ આવ્યો. બારણું છ-એક ઈંચ ખૂલ્યું અને પાછું વસાઈ ગયું.

'તમે જ જુઓ ને !' કોઈ સ્ત્રીનો અવાજ સંભળાયો.

જરા વાર પછી બારણું પાછું ખૂલ્યું. આશુતોષે તીક્ષ્ણ નજરે એને માપી લીધો. પછી પાછળ ખસીને બારણું ખુલ્લું રહેવા દીધું. કદાચ આટલો આવકાર જ પૂરતો હતો. ઈશાન અંદર આવ્યો અને બે ડગલાં ચાલીને ઊભો રહી ગયો.

આશુતોષને લાગ્યું કે એણે કંઈક બોલવું જોઈએ. કંઈક પોતે બંધાઈ ન જાય

એવું. ન આવકાર ને ન જાકાર એવું કંઈક. એ દાઢીમૂછ અને લાંબા વાળ વિનાના ઈશાન સામે જોઈ રહ્યો અને બોલ્યો, 'ટ્રેન ટાઈમસર હતી, નહીં ?'

'હા.'

'અરે સીતારામ, આમને રૂમ બતાવ ને ! અને સામાન.... બીજો કંઈ સામાન છે ?'

'ના. આટલો જ.'

'હું.'

સીતારામે રૂમ બતાવ્યો. નાનો સોફા–કમ–બેડ, ભીંતમાં એક કબાટ, એક ખૂણામાં ટેબલ-ખુરસી, માથા પર પંખો અને એક બારી. બીજું શું જોઈએ ?

'બાથરૂમ અહીંયાં છે. સાબુ-ટાવેલ બધું મૂકેલાં છે.'

'વારુ !' કહી ઈશાને બારણું બંધ કરી દીધું. સીતારામ પોતાના કામે ચાલ્યો ગયો.

આશુતોષે ટેલિફોનનું ડાયલ ફેરવવા માંડ્યું હતું. સામે રીમા સાશંક નજરે ઊભી ઊભી ધ્યાન રાખતી હતી. ઘણી વાર પછી નંબર લાગ્યો.

'અર્ણવ ! એ આવી ગયો છે !'

'હં ? કેવો લાગે છે ? શું, કંઈ બોલ્યો – કેટલું રહેવાનો છે, શું કરવાનો છે ?'

'ના. મેં પૂછ્યું પણ નથી.'

'બરાબર.'

'આ કંઈ મારા એકલાની જવાબદારી નથી, સમજે છે ને ?'

'હા, પણ તમે મોટા –'

'તેથી શું થઈ ગયું ? તું આવે છે ને ?'

'અં. સાંજે રાખીએ તો ? મારે આજે ઑફિસમાં ખરેખર બહુ કામ છે. એમ કરીએ, સાંજે ક્લબમાં મળીએ, થોડી વાતચીત કરી લઈએ, પછી તમારે ઘેર જઈએ.'

'પછી સાથે જ વાત કરીશું. ધૅટ વીલ બી બેટર !'

'ઓ. કે. સાડા છએ ?'

'ફાઇન !'

'વારુ ત્યારે.'

આશુતોષે સહેજ મૂંઝાઈને રીમા જોયું. એને ખબર હતી, રીમાને આ વાત પસંદ નહીં આવે, પણ બીજું શું થઈ શકે ? જરાક ખોંખારો ખાઈને એણે કહ્યું, 'આજનો દહાડો ભલે જરા આરામ કરતો. રાતે વિચાર કરીશું.'

રીમાએ ખભા ઉલાળ્યા. એ એવું બતાવવા માગતી હતી કે આ આખી વાત

સાથે એને કશી નિસબત નહોતી. આખરે તો આ બન્ને ભાઈઓનો પ્રશ્ન હતો. એ લોકોને જે કરવું હોય તે કરે. એમણે માત્ર એટલું યાદ રાખવું જોઈએ કે આ ઘર રીમાનું હતું અને એ કોઈને અહીં કાયમ ખાતે રાખવા તૈયાર નહોતી.

કલાક પછી સીતારામ ચાની ટ્રે એમ ને એમ પાછી લઈને આવ્યો ત્યારે એને ગુસ્સો આવ્યો. છતાં લાગ્યું કે પોતે પણ એક વાર ડોકિયું કરી આવવું જોઈએ. ખબરઅંતર પૂછવા જોઈએ.

રૂમને બારણે ટકોરા મારીને એ ઊભી રહી. બારણું ખૂલ્યું એટલે અંદર જઈને પૂછ્યું.

'કેમ ? ચા નથી પીવી ?'

'ના.'

સોફા પર બેસીને શાંત ભાવે જમીન સામે જોઈ રહેલા ઈશાન તરફ રીમાએ ક્યાંય લગી જોયા કર્યું. કંઈ શબ્દો સૂઝતા નહોતા. આખરે એણે કહ્યું, 'લન્ચ એક વાગે છે.'

ઈશાને નજર સહેજ ઊંચી કરી. આ બાબતમાં કંઈ કહેવા જેવું તેને લાગ્યું નહીં. એક માહિતી મળી. મગજમાં સંઘરી લીધી. વાત પતી ગઈ.

'તમે ટેબલ પર આવશો કે અહીં મોકલી આપું ?'

'આવીશ.'

બસ, પછી તો ઊભા રહેવાનું કોઈ કારણ નહોતું. રીમાએ સહેજ હસવાનો પ્રયત્ન કર્યો પણ તેની સામે કોઈ જોતું નહોતું. ચાટ પડીને તે બહાર ચાલી ગઈ. પાછળ બારણું વસાઈ ગયું.

ડ્રોઈંગ રૂમમાં ગાલીચા પર પડ્યો પડ્યો કરણ વિડિયોગેમ રમતો હતો. એના પર હદ બહારનું ચિડાઈને રીમા બોલી, 'કેમ, આજે કૉલેજ નથી ?'

'હજુ તો બહુ વાર છે.'

'તેથી શું થઈ ગયું ? ચાલ, ઊઠ ! નહાઈ લે.'

'મિહિકા ગઈ છે.'

'મોટા ગેસ્ટરૂમમાં જા. ઊઠ, જલદી કર.'

'ઓ. કે.' કહી કરણ ઊઠ્યો. સત્તર વરસનો કોઈ કહે નહીં એવો લાંબો-પહોળો દેખાતો હતો. મોં ઘાટીલું, ગોરો રંગ અને આંખોમાં અપાર કુતૂહલ.

'આઈ સે, મમી....'

'શું છે ?'

'હું અંદર જાઉં ?'

'કરણ !'

'પણ મારે એમને જોવા છે.'

'મેં તને શું કહ્યું હતું ?'

'મમી પ્લી....ઝ !'

'નથિંગ ડુઈંગ. ચાલ, તૈયાર થઈ જા.' કહી રીમા થોડું ચાલીને એકાએક પાછી ફરીને કરણ સામે એકીટશે જોવા લાગી. કરણ બોલવા જતો હતો, પણ માંડી વાળી નહાવા જતો રહ્યો.

રીમાને સૌથી મોટી ચિંતા આ જ હતી. એણે આશુતોષને કેટલીયે વાર સમજાવ્યું હતું કે ઈશાનની હાજરીની છોકરાંઓ પર સારી અસર નહીં થાય. ભણવામાં એ લોકોનું મન નહીં લાગે અને પરીક્ષાઓ પાસે આવતી હોય ત્યારે તો બેધ્યાનપણું ચાલે જ નહીં ને ? પણ આશુતોષ બધું ધ્યાનથી સાંભળી લઈને એક જ જવાબ આપતો, 'જોઈએ !'

ઘણી વાર છોકરાંઓ લન્ચ વખતે ઘેર આવતાં નહીં. કૉલેજથી બારોબાર ક્યાંક નહીં ને ક્યાંક ઊપડી જતાં, પણ આજે તો એકને ટકોરે હાજર થઈ ગયાં. મિહિકા બહુ રૂપાળી હતી. હજી તો માંડ પંદર પૂરાં થયાં હતાં એટલામાં છોકરાઓ એની આસપાસ ભમવા લાગ્યા હતા. જુનિયર કૉલેજના પહેલા વરસમાં આ દશા હતી તો આગળ ઉપર કોણ જાણે શું થશે ? રીમાને ક્યારેક ડર લાગતો. તો ક્યારેક અભિમાનથી વિચારતી, 'છોકરી કેવી રૂપાળી છે ! લોકોને ત્યાં તો નર્યા સીસમના ટુકડા પાકે છે !'

મિહિકા ડાહીડમરી થઈને પોતાની રોજની જગ્યાએ બેસી ગઈ હતી, જ્યારે કરણ આઘોપાછો થયા કરતો હતો. 'મમી, હું એમને બોલાવવા જાઉં ?'

'નહીં, તું બેસી જા. સીતારામ બોલાવી આવશે. અને રિમેમ્બર, નો ક્વેશ્ચન્સ !'

તરવરિયો કરણ માંડ માંડ બેઠો અને પછી તરત જ સ્પ્રિન્ગની માફક ઊછળ્યો. એણે ઈશાનને આવતો જોયો હતો. એ શું જોવા ચાહતો હશે, શી ખબર ? પણ એક સીધા સાદા સફેદ ધોતિયું અને સફેદ પહેરણ પહેરેલા ઊંચા અને સૂકા માણસને જોઈને એને જરા નિરાશા થઈ. માથા પર ઝીણા વાળ ઊગ્યા હતા, બાકી ચહેરો સફાચટ હતો. ક્યાંય કશું અસામાન્ય નહોતું. પોતે ઊભો થઈ જ ગયો હતો એટલે માની નજરની અવગણના કરીને એ ઈશાન તરફ ચાલ્યો અને એને માટે ખુરસી ખસેડી બાજુમાં ઊભો રહ્યો. ઈશાન બેઠો પછી એ ત્યાંથી ખસ્યો અને પોતાની ખુરસી તરફ જતાં કોઈને ઉદ્દેશ્યા વગર બોલ્યો, 'આજે ગરમી છે.'

ઈશાન કંઈ બોલ્યો નહીં. આમાં એને બોલવા જેવું શું હતું ? નીચી નજરે

થાળી સામે જોઈને એ જમવા લાગ્યો. રીમાએ થોડી વાર પછી પૂછ્યું, 'ત્યાં તમે શું ખાઓ ?'

'જે હોય તે.'

મિહિકા અને કરણ એકબીજા સામે બોલકી નજર નાખતાં હતાં, પણ ઈશાનની સાથે સીધી વાત કરવાની તેમની હિંમત નહોતી. રીમા છોકરાંઓ સાથે એમના રોજના જીવનની ઝીણીમોટી વાતો કર્યા કરતી હતી અને છોકરાંઓ ટૂંકા જવાબ આપતાં હતાં. તે બધું કોઈ પરાઈ ભાષામાં ચાલતું હોય એમ ઈશાન નિર્લેપભાવે જમ્યા કરતો હતો. એણે ખાધું બહુ થોડું, પણ સુઘડતાથી, અને છેલ્લે કરણ તરફ એક હળવું સ્મિત કરીને બોલ્યો, 'તમે બહુ નાના હતા.'

કરણ ઉત્સાહથી માથું હલાવીને કહેવા લાગ્યો, 'પણ મેં તમારા ફોટા જોયા છે.'

'ઓહ..., પહેલાંના !'

રીમા ઊઠી એટલે બધાં ઊઠ્યાં. મિહિકાની બહુ ઇચ્છા હતી કે ઈશાન એની સાથે પણ બોલે. એટલે વૉશબેઝિન આગળ એ જાણી જોઈને ઊભી રહી અને ઈશાન સામે એણે સ્મિત કર્યું. ઈશાન એની સામે ગંભીર ભાવે જોઈને બોલ્યો, 'તમે – મિહિકા ?'

'હા.'

ઈશાન આગળ કંઈ બોલ્યો નહીં. સ્ત્રીઓ સામે જોઈને હસવું કે વિના કારણ બોલવું એને ફાવતું નહોતું. હાથ ધોઈને એ પોતાના ઓરડામાં ચાલ્યો ગયો. ત્રણે જણાં એની સામે જોતાં રહ્યાં.

'ચાલો જાઓ હવે સૌ સૌના રૂમમાં.'

'મમી, એ કેટલા હૅન્ડસમ છે નહીં ?'

'ડોન્ટ બી સ્ટુપિડ. તું આજે સ્વિમિંગ કરવા જવાની છે કે નહીં ?'

'જઈશ, પણ હજુ તો બહુ વાર છે.'

'મને ખબર છે. જો કરણ, આજે તું એને મૂકી આવજે ને !'

'મમી, તું લેવા આવીશ ?'

'ના, આજે હું બહાર નીકળવાની નથી.'

'કેમ ?'

રીમાએ જવાબ ન આપ્યો. છોકરાંઓએ એટલું સમજવું જોઈએ. કદાચ સમજતાં પણ હશે. જાણીજોઈને પૂછે છે મિહિકા...

'મમ્મી ! આ લોકો ચા તો પીએ છે ?' કરણે પૂછ્યું.

'ખબર નહીં. સવારે તો નહોતી પીધી.'

'તો તો એ ચા પીવા બહાર નહીં આવે. હું એક જ વાર... જસ્ટ ફોર એ મિનિટ. એમના રૂમમાં જાઉં ?'

'નહીં કરણ, એમને – એમને આરામ કરવા દે !'

છોકરાંઓ ચાલ્યાં ગયાં. રીમાને લન્ચ પછી ઘરમાં જરાયે ગમતું નહોતું. છતાં આજે રહેવું પડે એટલે નિસાસો નાખીને ક્રૉસસ્ટીચનું ભરતકામ લઈને એ ડ્રૉઈંગરૂમમાં બેઠી. આડા પડવામાં જોખમ હતું. કદાચ ઊંઘ આવી જાય... ઘર રેઢું પડે...ના, ન ચાલે એ. કોઈ હિસાબે ન ચાલે.

ફોનની ઘંટડી વાગી. શાલ્મલી હતી. રીમાને એ જરાયે નહોતી ગમતી, પણ શું થાય ? દેરાણી જોડે થોડો સંબંધ તો નભાવવો પડે.

'હલો, ભાભી, હું શાલુ.'

'બોલો, શું છે ?'

'ભાભી ! શી નવાજૂની ?'

'ખાસ કંઈ નહીં.'

'એ કેવા છે ?'

'માણસ જેવા માણસ. કેમ ?'

'ના, મને થતું હતું કે...'

'શું ?'

'તમે ઘરમાં જ છો ?'

'આજે તો ઘરમાં જ રહેવું પડે ને ?'

'હા... એમને કંઈ જોઈતું કરતું હોય. અજાણ્યું લાગે ને ?'

'બીજું કંઈ ?'

'આ લોકો આજે ક્લબમાં મળવાના છે. તમને ખબર છે ને ?'

'હા.'

'પછી અર્ણવ ત્યાં જ આવશે. બન્ને જણ સાથે આવશે, ભાભી !'

'શું છે ?'

'અર્ણવ ત્યાં જમવાનો હોય તો મને જરા ફોન કરાવજો ને ! નકામી રાહ ન જોઉં.'

'વારુ.'

'તમને શું લાગે છે ? મારે ત્યાં આવવું જોઈએ ?'

'તું જાણે.'

'આઈ મીન.... ઈશાનભાઈને ખરાબ નહીં લાગે ?'

'હું શું જાણું ?'

'તો પછી આવું ?'

'તારી મરજી.'

'તો પછી રહેવા દો. નથી આવતી.'

'ઓ. કે.'

ભરતકામની બાસ્કેટને બહુ દિવસથી હાથ નહોતો લગાડ્યો. થોડા દોરા ગૂંચવાઈ ગયા હતા. સરખા કરતાં કરતાં કલાક નીકળી ગયો. બાસ્કેટ બાજુએ મૂકીને એકાદ મૅગેઝિનનાં પાનાં ઊથલાવ્યાં એટલામાં રીમાની આંખ મળી.

'મમી, મમી ! સાધુ અંકલ બહાર જાય છે.' ચાર આંખોમાં આશ્ચર્યના તારા ઊગ્યા હતા.

'ઓ નો !' કરતી રીમા ઊઠી અને વેગભેર ચાલતી અંદર જવા લાગી. મિહિકા અને કરણ પાછળ પાછળ આવતાં હતાં. રીમાની ઇચ્છા નહોતી કે એ લોકો આવે, પણ એમને અટકાવવાનો સમય નહોતો. કદાચ કંઈ અર્થ પણ નહોતો.

'ક્યાં જાઓ છો ?' જરા ઉગ્રતાથી રીમાએ પૂછ્યું.

'જરા ફરી આવું.'

'ના, ના, આશુતોષ આવે પછી તમારે જે કરવું હોય તે કરજો.'

ઈશાન અટકી ગયો અને કોઈ કોયડો ઉકેલતો હોય એવી રીતે રીમા સામે જોવા લાગ્યો. એના અબોલ પ્રશ્નથી કંપી જઈને રીમા બોલી, 'કદાચ કંઈ ભૂલાબૂલા પડી જાઓ તો નકામી પંચાત થાય ને !'

'એવું નહીં થાય.'

'તોયે આજનો દહાડો રહેવા દો ને !'

'વારુ. કહી ઈશાન પાછો ઓરડીમાં પુરાઈ ગયો.

મિહિકાનું મોઢું પડી ગયું. એણે કરણની સામે જોયું. કરણ તો તૈયાર જ હતો. પટ દઈને બોલી ઊઠ્યો, 'તેં એવું કેમ કર્યું, મમી ?'

રીમાએ જવાબ ન દીધો. જાણે કંઈ સાંભળ્યું જ નથી. કરણે ફરી વાર કહ્યું, 'તેં એમને જવા કેમ ન દીધા ?'

'તું જ મને કહેવા આવ્યો હતો ને ? તનેય મનમાં તો એમ જ હશે ને કે એમણે ન જવું જોઈએ ? મેં સીધેસીધું કહી દીધું. એમાં ખોટું શું થયું ?'

કરણ મૂંઝાઈ ગયો. આમ તો રીમાની વાત સાચી લાગતી હતી, પણ હતી નહીં. કરણની એવી ઇચ્છા હતી કે મમી પોતાને સાથે જવાનું કહે. મિહિકા કંઈ

બોલી નહીં. મૂંગીમૂંગી જોઈ રહી. રીમાએ જાણે પોતાની જાત સાથે વાત કરતી હોય તેમ બોલવા માંડ્યું, 'એક તો અહીંના અજાણ્યા. આટલું મોટું શહેર ! ક્યાંક ખોવાઈ જાય તો આપણે કરવું શું ? તમારા પપા ને અર્ણવકાકા આવીને પૂછે તો મારે જવાબ શો દેવો ? એકવાર એ બધા ભેગા બેસે ને જે નક્કી કરવું હોય તે કરે. પછી આપણે બધાં છુટ્ટાં. ત્યાં લગી માણસની જવાબદારી તો ખરી ને ! એટલે તો હું આજે કશે બહાર નથી ગઈ... પણ સમજે તેને ને ? અને તમારે બન્નેને કંઈ વાંચવા કરવાનું નથી ?'

વાંચવા કરવાનું હતું જ નહીં અને હોય તોયે આજે એમાં કંઈ ભલીવાર આવે એવું નહોતું, કારણ કે દર ત્રીજી મિનિટે ઠેકડો મારીને મન પેલી ઓરડીમાં પહોંચી જતું હતું, પણ એ બધું મમીને કહેવાથી કશો ફાયદો નહોતો. બન્ને જણ ત્યાંથી ચાલ્યાં ગયાં, એક વિડિયો ગેમ રમવા, એક ટેલિફોન પર વાતે વળગવા. રીમા પણ નિસાસો નાખીને તૈયાર થવા પોતાના રૂમમાં ગઈ. આશુતોષ જ્યારે ઘરે આવે ત્યારે પોતે સરસ કપડાં અને મેક-અપ સાથે જ એનું સ્વાગત કરે એવી ચીવટ રીમા હંમેશાં રાખતી હતી.

પણ આજે આશુતોષ ઘરે આવ્યો ત્યારે એનું ધ્યાન રીમા તરફ હતું જ નહીં. એ વારેઘડીએ અર્ણવ સામે ટીકીટીકીને જોયા કરતો હતો. એના હસવા પાછળનો અને આનંદ-વિનોદની હળવી મજાની વાતો પાછળનો ઇરાદો એ કળવા માગતો હતો, પરંતુ મૌનના ખડક પાછળ છુપાવા કરતાં વાતોના ફુવારા પાછળ સંતાવાનું કેટલીક વખત વધારે અનુકૂળ પડતું હોય છે. અર્ણવ એ કળામાં પારંગત હતો. આવતાંની સાથે રીમા સાથે હસી હસીને વાતો કરી, છોકરાંઓના ખબરઅંતર પૂછ્યા, શાલ્મલીને ફોન કર્યો અને છેક છેલ્લે પૂછ્યું, 'હમણાં જ પતાવી લઈશું કે જમ્યા પછી ?'

આશુતોષે ગંભીરતાથી કહ્યું, 'જોઈએ, જમતી વખતે કંઈ વાત નીકળે તો !'

પરંત ઈશાને તો બારણે ટકોરા મારવા આવેલા સીતારામને અંદરથી જ કહી દીધું, 'હું બે વખત જમતો નથી.'

ડ્રોઈંગ રૂમમાં બેઠેલાં ત્રણે જણે એકબીજા તરફ અર્થપૂર્ણ દૃષ્ટિ નાખી. જોકે આ મામલો કંઈ એમ ને એમ ચલાવી લેવાય એવો હતો જ નહીં. એટલે અંતે આશુતોષે કહ્યું, 'ચાલો, તો પછી હમણાં જ વાત કરી લઈએ.

એની પાછળ પાછળ અર્ણવ પણ ઊભો થયો. એણે વળી રીમાના બરડા પર હાથ મૂકીને કહ્યું, 'ચાલો ને ભાભી, તમે પણ !'

'ના રે, મારે આમાં પડવું જ નથી ને !"

બન્ને જણ ઈશાનના ઓરડા આગળ જઈને ઊભા રહ્યા. આશુતોષે બારણું ખખડાવ્યું કે તરત ઈશાને એ ખોલ્યું. સામે અર્ણવને પણ ઊભેલો જોયો એટલે તરત ખસી જઈને એણે બન્નેને અંદર આવવાની જગ્યા કરી આપી અને આસ્તેથી કહ્યું, 'આવો ને !'

અર્ણવ આમતેમ જોઈને સોફા પર બેસી ગયો. આશુતોષ એની બાજુમાં બેઠો. ઈશાન સામે ઊભો રહ્યો.

'બેસ ને !'

'ના, મને ફાવે છે.'

વાત શરૂ કરવી હતી, પણ કંઈ ફાવતું નહોતું. આખરે અર્ણવની વાચાળતા મદદે આવી. એણે કહ્યું, 'તમારે ઉત્તર કાશીમાં તો અત્યારે ઠંડી હોય, નહીં ?'

'હા.'

'અહીં તો સોલિડ બફારો થાય છે. આશુભાઈ, આ રૂમમાં તમે એ.સી. નથી નખાવ્યું, નહીં ?'

આશુતોષે અણગમાથી અર્ણવ સામે જોયું. એને આવી ચાંપલાશ જરાકે ન ગમી. છતાં જવાબ વાળ્યો, 'આ રૂમ ખાસ વપરાતો નથી ને !'

'હા, એ ખરું ! અને નંખાવો તો પાછો સીતારામ જ લાંબો થઈને સૂઈ જાય.'

'ઠીક હવે ! આમેય બપોરે ઊંઘતો જ હોય છે.'

'આ જરા ઠંડક હોય ને એટલે વધારે ઊંઘે. તમારે પાછાં રીમાભાભી ચિડાય.'

વળી પાછું તળાવને તળિયે જામેલા કાદવના ગચિયા જેવું મૌન. આશુતોષને ખૂબ બેચેની થવા લાગી. એણે તીખી નજરે અર્ણવ સામે જોવા માંડ્યું. અર્ણવ ખોંખારો ખાઈને ઊભો થયો અને બારી પાસે જઈ બહાર જોવા લાગ્યો. 'અહીંથી વ્યૂ બહુ સરસ આવે છે, નહીં ? ગમે છે ને ?'

'હા.'

ઈશાને ધાર્યું હોત તો આ બન્નેને મદદ કરી શક્યો હોત. એ જાણતો હતો કે આ લોકોને શું પૂછવું છે, એમને શાની ચિંતા છે. છતાં એ મૂંગો રહ્યો. આગળ વધીને એમનો હાથ પકડવાની લેશમાત્ર વૃત્તિ થઈ નહીં. વળી એના જવાબ પણ તૈયાર નહોતા. હજી લગી એ સમજી શક્યો નહોતો કે આગળ ઉપર શું કરવું જોઈએ. કદાચ એ પણ એના આ ભાઈઓની ઇચ્છા જાણવા માગતો હતો. ત્યાર પછી એ વિચારી શકે...

'ઈશાન !'

ઈશાને જવાબ ન આપ્યો, માત્ર સામે જોયું. કેવી એ દૃષ્ટિ ? ના કોઈ સવાલ,

ના જવાબ. એકે વાદળ વિનાનું અસીમ આકાશ ! એની સામે કેટલો વખત જોઈ શકાય ? પછી આશુતોષે સીધી મશીનગન ચાલુ જ કરી દીધી.

'તારા કાગળો અમને મળ્યા હતા; અમને બન્નેને. પણ અમે કંઈ નવરાશ કાઢીને બેસીએ, વિચારીએ, તને જવાબ લખીએ એ પહેલાં તો તેં નક્કી પણ કરી નાખ્યું ને તાર પણ કરી દીધો. અને તાર હજુ મળે ન મળે એટલામાં જાતે આવી પણ ગયો !'

'તો ?'

'તો શું ? તારે વિચારવું જોઈએ. અમારી પણ કંઈ મુસીબતો હોય, અમારી જવાબદારીઓ હોય... અમને ફાવે એમ છે કે નહીં એ તારે જોવું જોઈએ ને ?'

'અચ્છા ?'

એક સાદા શબ્દમાં ઈશાને શાંકરભાષ્ય ભરી દીધું. એ કોઈ એવો સવાલ નહોતો કે જેનો જવાબ આપવો પડે. એમાં કોઈ તહોમતનામું નહોતું કે બચાવ માટે વકીલો રોકવા પડે. નાનકડો નિર્દોષ શબ્દ... અચ્છા ? પણ આશુતોષને ખ્યાલ આવી ગયો કે ઘણા લાંબા વખત લગી – કદાચ મરતાં લગી આ શબ્દ એનો કેડો નહીં મૂકે, મનના એકાંતમાં ઊઠતાં ને બેસતાં કાયમ એના ખુલાસા કર્યા જ કરવા પડશે. ધૂંધવાઈને એણે અર્ણવને કહ્યું, 'તું કેમ કંઈ બોલતો નથી ?'

'હા, બરાબર, બિલકુલ બરાબર છે. અને હમણાં તો અહીં સીઝન પણ કેવી ખરાબ છે ? આટલા તાપમાં તમને હિમાલયવાળાઓને અહીંયાં ફાવે જ નહીં ને ! માંદા પડી જાઓ વગર મફતના. કેમ, આશુભાઈ ! ખોટું કહું છું ?'

ઈશાને એવી જ નિર્મળ નિર્વિકાર દૃષ્ટિ અર્ણવ તરફ ઠેરવી. મૂંઝવણ ઢાંકવા અર્ણવ ખડખડાટ હસી પડ્યો. હસતાં હસતાં જ પૂછ્યું, 'તે તારો હવે શો પ્રોગ્રામ, ઈશાન ?'

'કંઈ નહીં.'

'લો, એવું તો કેવી રીતે ચાલે ? કંઈક તો નક્કી હોવું જોઈએ ને ? – અને હા, જતાં પહેલાં એક દિવસ મારે ત્યાં જમવાનું નક્કી રાખજે હં... આશુભાઈ, તમે ને ભાભી પણ આવજો. છોકરાં ફ્રી હોય તો એમને પણ લઈ આવવાનાં. મળીએ બધાં નિરાંતે...પણ પહેલેથી નક્કી કરવું પડે. શું ?'

'મને કંઈ એવી જરૂર નથી લાગતી.'

'કેમ ? એમ કેમ બોલે છે ? આખરે તું મારો ભાઈ તો ખરો જ ને ?'

'હં.'

'અને જો, જૂનું ઘર હવે કાઢી નાખ્યું છે. અર્ણવ કફ પરેડ રહેવા ગયો છે

અને હું અહીં રહું છું.' આશુતોષે કહ્યું.

'હા, પદ્મરાગ, પાંચમે માળે.'

આશુતોષને સમજ ન પડી. ઈશાન કટાક્ષમાં કહેતો હતો કે સીધી રીતે ? જરાક નારાજ થઈને એણે પુનરાવર્તન કર્યું, 'હા, પદ્મરાગ, પાંચમે માળે. તને કંઈ વાંધો છે ?'

'ના. ઘર સારું છે.' ઈશાન બોલ્યો.

તક જોઈને અર્ણવે ઝંપલાવ્યું. 'આશુભાઈનું ઘર મોટું છે. ભલે નાનો તોયે આ એક સ્પેર રૂમ ખરો. જ્યારે મારે ત્યાં તો ત્રણ જ બેડરૂમ છે. એક અમારો, એક નેન્સીનો અને એક ગેસ્ટ રૂમ... પણ એમાં કોઈને રાખી ન શકાય. ઓચિંતા કોઈ ગેસ્ટ આવી પડે તો શું કરીએ ? આશુભાઈને તો અલગ ગેસ્ટ રૂમ છે જ.'

'એટલે તું શું કહેવા માગે છે ?'

'કંઈ નહીં... આઈ મીન...'

'ક્લબમાં આપણે આ બધું ડિસ્કસ કરી ગયા છીએ.'

'હા. આઈ એમ સૉરી.'

અત્યાર લગી ઈશાન ઊભો હતો. હવે એ હળવેથી ખુરસી પર બેસી ગયો. અર્ણવે ફરી પાછું ખોટું હસીને કહ્યું, 'મને પૂછ્યું હોય તો હું તને કપડાં બદલવાની ના પાડત. તને ખબર નથી, અહીં હાઈ સોસાયટીમાં તમારાં ભગવાં કપડાંનું જરા સ્ટેટસ છે. ચાલ, પણ હવે વાત તો કર – ઓચિંતું આ બધું શું થઈ ગયું ?'

'કંઈ થયું નથી.'

'તો પછી તારા ગુરુજીએ તને કેમ કાઢી મૂક્યો ?'

'એવું નથી.'

'તો ? શું થયું ?'

'ગુરુજીનો દેહાન્ત થયો.'

'ઓહો ! એટલે તું અહીંયાં આવતો રહ્યો ? તુંયે ખરો છે ને, ઈશાન ! અહીં બા મરી ગયાં એટલે ઘર છોડીને જતો રહ્યો અને ત્યાં ગુરુજી મરી ગયા એટલે આશ્રમ છોડીને આવતો રહ્યો...... કમાલ છે તું !'

'આ બધું તમે માનો છો એટલું સીધુંસાદું નથી હોતું અર્ણવભાઈ !'

'જવા દે અર્ણવ – જમવાનું મોડું થાય છે. તારે ખરેખર નથી જમવું, ઈશાન ?'

'ના.'

'તો પછી... તું વિચાર કરી રાખજે; ક્યાં જવું છે, શું કરવું છે ! અમે જમી લીધા પછી તને બોલાવીએ. પાછું અર્ણવને ઘેર જવાનું ને !'

'હા. શાલુને ખાલી ખોટી ચિંતા કરવાની ટેવ પડી ગઈ છે. હું ઘેર પહોંચું નહીં ત્યાં લગી જાગ્યા જ કરે. પાછું આપણેય એ લોકોની તબિયતનું ધ્યાન રાખવાનું ને ?' અર્ણવનું પોકળ હાસ્ય ચારે બાજુ રેલાયું.

એ લોકો ગયા પછી ઈશાને બારણું બંધ કરી દીધું. આખો દિવસ જેમાં રહ્યો હતો એ ઓરડીને ફરી એક વાર નરી આંખે જોઈ. એ બન્ને જણની વાતોનાં બાવાંજાળાં ચોમેર લટકતાં હતાં. વાતો કરતાં વાતોના પડછાયા વધારે ભયંકર હતા. એમના મનનો ડર ઠેર ઠેર ડોકિયાં કરતો હતો. એ લોકો નહોતા ઇચ્છતા કે એમના સરખી રીતે ગોઠવાઈ ગયેલા સુખી સંસારમાં કોઈ ધૂમકેતુ આવીને ઉપદ્રવ મચાવે. સાથે સાથે એમ પણ ડરતા હતા કે રખે ને કોઈ એમને લાગણી વગરના કે સ્વાર્થી કહે. ઈશાન પોતાની મેળે જો એમ કહી દે કે હું ચાલ્યો જાઉં છું તો તેઓ બહુ ખુશ થઈ જાય. કદાચ પ્રેમથી બોલાવે પણ ખરા. આ ઓરડીમાં આખો વખત બેસાડી રાખવાને બદલે આખા ઘરમાં ફરવા દે. છોકરાંઓ સાથે વાત પણ કરવા દે.

છોકરો મજાનો હતો. એની આંખોમાં હજાર સવાલ ડોકાતા હતા. કદાચ આશુતોષ. કદાચ રીમાએ મના કરી હશે. નહીંતર એ જરૂર આવે. વાતો કરે. પછી જઈને એના ભાઈબંધને બડાઈ મારે – મારા અંકલ સાધુ થઈ ગયા હતા, ખબર છે ? હિમાલયાઝમાં રહે ! જરાક હસવું આવી ગયું. પછી મંત્રોચ્ચારથી વાતાવરણનું સંમાર્જન કરીને એ જમીન પર પદ્માસન વાળીને બેઠો. કપડાંનો રંગ બદલાયો હતો તેથી આસન, પ્રાણાયામ કે ધ્યાનમાં કશો ફરક ન પડ્યો. ધીરે ધીરે પ્રણવમંત્રમાં મન લીન થઈ ગયું.

બહાર અતિશય ઉશ્કેરાટ હતો. અર્ણવે હસવાનું બંધ કરીને મુદ્દાની વાત શરૂ કરી હતી. 'બાપુજી ગયા પછી બધો વહીવટ તમે જ સંભાળો છો એટલે જવાબદારી તો તમારી જ કહેવાય. આ તો ઠીક છે, હું તમને મદદ કરવા આવ્યો, બાકી મારે શું છે ?'

'અરે વાહ ! જેવો મારો ભાઈ છે તેવો તારો ભાઈ છે. તારી કંઈ ફરજ જ નથી !'

'તમે જ કહો ને, મને શું મળ્યું છે સહિયારી મિલકતમાંથી ?'

'કેમ નથી મળ્યું ? તને અમેરિકા મોકલવાનો ખર્ચ કોણે કર્યો હતો ?'

'ત્યારે તો બાપુજી જીવતા હતા.'

'ફક્ત છ મહિના. ને તું તો ખાસાં પાંચ વરસ રહ્યો.'

'પછી તો હું કમાતો હતો.'

'તે હશે, પણ તારી કમાણી અમે નથી જોઈ. ચોપડામાં તારે નામે સાડા પાંચ

લાખ બોલે છે.'

રીમા ચિડાઈ ગઈ. 'તમે બન્ને અંદરોઅંદર જ લડ્યા કરશો કે આવી પડેલી ઉપાધિનો વિચાર કરશો ?'

'એ શું કરવા માગે છે તે કંઈ સમજાતું નથી, નહીં અર્ણવ ?'

'મને તો દાળમાં કંઈ કાળું લાગે છે. એમ ગુરુજી મરી જાય એટલે સાધુઓ પાછા સંસારમાં પેસી જતા હશે ?'

'એની તપાસ કરવી જોઈએ. શું થયું ? કેમ નીકળી આવ્યો, બધું જાણવું જોઈએ.'

'આપણે જાણીને શું કામ છે ? જે હોય તે, અહીંથી વિદાય કરો ને, એટલે પત્યું.'

'બરોબર છે.'

'શું કરવાનો છે તે કંઈ સમજાતું નથી. કંઈ બોલતો નથી.' આશુતોષે કહ્યું.

'પાકો લાગે છે.' અર્ણવ બોલ્યો.

'દિવસે કંઈ તારી જોડે વાત કરતો હતો ? છોકરાંઓ જોડે ?'

'કરણ તો બહુ ઊંચોનીચો થતો હતો. મેં જવા જ ના દીધો. અને અમારી સાથે તો 'હા' કે 'ના'થી આગળ વધ્યો નથી. આખો દહાડો અંદર બેસી રહ્યો હતો.'

'શાલુને એને જોવાનું બહુ મન છે.'

'લઈ જાઓ ને !'

'તમેય ભાભી, ખરી મશ્કરી કરો છો.'

'એમાં મશ્કરી શાની ? આશુતોષ ભાઈ છે એમ તમેય ભાઈ છો. તમારો સ્વભાવ હસવાબોલવાનો એટલે તમારી જોડે કદાચ વાતે વળગે. આપણને ખબર પડે એના પેટમાં શું છે.'

'અર્ણવ, આઈડિયા ખોટો નથી. લેટ અસ ટ્રાય ઈટ.'

'પણ મારે શાલુને પૂછવું પડે. નેન્સીની એક્ઝામ આવવાની. પ્લસ મારે મારા જૉબનું પણ જોવાનું.'

'જૉબનું શું જોવાનું ? એ વાત ખોટી છે અર્ણવભાઈ. તમારે ઘેર તમારો ભાઈ મહેમાન થઈને આવે તેમાં તમારા જૉબને શી આંચ આવવાની હતી ?'

'ઈશાને શું કર્યું હોય, શું નહીં... કાલે ઊઠીને કંઈ લફરું થાય...ના, બાબા ના, તમારે બાપુજીનો ધંધો છે – મારે તો બહુ પંચાત થઈ જાય.'

'ધંધો બાપુજીનો નથી, મારો છે.'

'મૂળે તો એમનો ને ?'

'હવે હતું શું તે વખતે ? મેં રાતદહાડો મહેનત કરીને જમાવ્યો છે. હવે તો આ ધંધો મારો જ છે. મારા એકલાનો. તારોયે નહીં અને ઈશાનનોયે નહીં.'

'એમાં એટલા ગરમ નહીં થાઓ.'

'વારુ, ચાલો હવે એને બોલાવી લઈએ ?'

'ઊભા રહો, હું જોઈ આવું છોકરાંઓ શું કરે છે.' રીમાએ કહ્યું.

'નહીંતર આપણે જ ત્યાં જઈએ.'

'ધેટ્સ બેટર.'

બારણું ખુલ્લું હતું. ઈશાન કોઈક પુસ્તક વાંચતો હતો. એ ઊંચું જોઈને શાંત ભાવે બોલ્યો, 'આવો.'

'તો પછી બોલ, તેં શું નક્કી કર્યું ?'

'હજી તો કંઈ નક્કી કર્યું નથી.'

'અરે, પણ આશ્રમમાંથી નીકળ્યો ત્યારે કંઈક તો વિચાર કર્યો હશે કે નહીં ?'

'મુંબઈ આવવાનો વિચાર કર્યો હતો.'

'આશુતોષ અને અર્ણવ એકબીજાની સામે જોવા લાગ્યા. ઈશાનને એમની દયા આવી ગઈ. આસ્તેથી બોલ્યો, 'તમને તકલીફ જેવું હોય તો બીજે કશે રહેવા જઈશ.'

'હેં ? ના ના, એવું કંઈ નથી. તને આમ તો ફાવે છે ને ?'

'હા.'

'બસ તો પછી. હમણાં રહે શાંતિથી. પછી જોઈશું.'

'આશુતોષભાઈ !'

'શું છે ?'

'માણસે જિંદગીનો એક પણ દિવસ – અરે, એક પણ કલાક વ્યગ્રતામાં ન કાઢવો. એ પાછો નથી આવતો. તમને અનુકૂળ ન હોય તો બોલી દો. હું કાલે જ જતો રહીશ.'

'ના ઈશાન ! તું રહે.'

'વારુ.' કહી ઈશાન પાછો વાંચવા લાગ્યો. બન્ને ભાઈઓ પાછા વળ્યા. જરાક આઘે જઈને અર્ણવે પૂછ્યું, 'તમને શું થઈ ગયું આશુભાઈ ? ટાઢે પાણીએ ખસ જતી હતી. ના શું કરવા પાડી ?'

'રીમાને કહેતો નહીં.'

'નહીં કહું, પણ મને કહો તો ખરા, એને કેમ જવા ન દીધો ?'

'એમાં એવું છે ને.... એ ક્યાં જાય, ક્યાં નહીં.... આપણું સારું ના દેખાય.'

'એ ખરું.'

'અને –'

'શું ?'

'કંઈ નહીં.'

ડ્રોઈંગરૂમમાં રીમા રાહ જોતી હતી. આશુતોષે તરત કહી દીધું, 'એકાદ અઠવાડિયા પછી બધું શાંતિથી ગોઠવીશું. હમણાં છો અહીંયાં રહેતો. અને રીમા ! એ જમતો નથી તો એને દૂધબૂધ જોઈતું હોય તો પૂછી જોજે.'

રીમાની આંખો પહોળી થઈ ગઈ, પણ આશુતોષનું એ તરફ ધ્યાન નહોતું. ઈશાન ધીમેથી બોલ્યો કે તમને તકલીફ જેવું હોય તો બીજે કશે રહેવા જઈશ, ત્યારે એનો અવાજ અદ્દલ બાપુજી જેવો લાગ્યો હતો. ખાલી અવાજ નહીં, બોલવાની લઢણ પણ... જાણે બાપુજી જ બોલ્યા... આશુતોષના બાપુજી.... અને સંસ્મરણોનાં ઘટાટોપ વાદળો ચડી આવ્યાં. એમની છાંયમાં આશુતોષ નાનો થઈ ગયો. નિશાળે જતો આશુતોષ, બાની સાથે ઝઘડા કરતો આશુતોષ, બેય નાના ભાઈઓને દબડાવતો આશુતોષ, બાપુજીનો પડ્યો બોલ ઝીલતો આશુતોષ. એ આશુતોષે જ ઈશાનને રહેવાનો આગ્રહ કર્યો હતો, એણે જ દૂધ મોકલવાની કાળજી કરી હતી અને આ મોટા આશુતોષને એ કશું સમજાયું નહોતું. એને માત્ર થાક લાગ્યો હતો. અનહદ થાક. આંખો મીંચીને એ સોફામાં પડ્યો.

'અર્ણવભાઈ, આશુતોષને કંઈ થયું છે ?'

'ના, ના !'

'ઝઘડો થયો તમારે બધાને ?'

'ના.'

'તો સારું.'

બધું કામકાજ પરવારીને સીતારામ દૂધનો પ્યાલો લઈ ઈશાન પાસે જઈ ઊભો ત્યારે ઈશાન જરા ખંચકાયો. આ ઘરમાં આવો રિવાજ હશે કે પછી –

'શેઠના કહ્યું છે. દૂધ પીઉન જા.'

ઈશાને પ્યાલો લઈ દૂધ પી લીધું. સીતારામે જતાં જતાં પૂછ્યું, 'બીજા કામ અસલા તો સાંગા.'

'ના. નમો નારાયણ.'

આખા દિવસમાં પહેલી વાર ભગવાનનું નામ મોંમાંથી નીકળ્યું. સારું લાગ્યું. કોઈને સંભળાવવાથી આત્મીયતાનો એક ભાવ જાગે. વર્ષોની આદત હતી. સવારથી સાંજ સુધીમાં કંઈ કેટલીયે વાર આ શબ્દ બોલવાની આદત હતી. સફેદ વાળવાળા

સીતારામને કહેવાથી જાણે ઉપવાસ છૂટ્યો. સીતારામ સામે જોઈ રહ્યો અને આસ્તેથી બે હાથ ઊંચા કરી 'વિઠ્ઠલ ! વિઠ્ઠલ !' કરતો ચાલ્યો ગયો.

એના ગયા પછી મન હળવું લાગ્યું. પુસ્તક આઘું મૂકી મુંબઈના ભક્તોનાં નામ-સરનામાં નોંધેલી ડાયરી કાઢીને નજર ફેરવી. સાતઆઠ જણ એવા હતા તો ખરા જેમનો સંપર્ક થઈ શકે, પણ હમણાં નહીં.

હમણાં તો પેલા પ્રશ્નોનો જવાબ શોધવાનો છે. હવે ક્યાં રહેવાનું છે અને શું કરવાનું છે ? એક વાર સંન્યાસ સ્વીકાર્યા પછી આ ઘર પર કશો હક રહેતો નથી એ તો નિશ્ચિત જ છે. અને સંન્યાસનો ત્યાગ કર્યા પછી ભક્તોએ આપેલી ભિક્ષા કે ભેટ સ્વીકારવાનો પણ હક રહેતો નથી એય એટલું જ નિશ્ચિત છે. તો પછી આજીવિકા માટે કંઈક કરવું પડે. રહેઠાણ માટે પણ કંઈક કરવું પડે. ઈશાનને ત્રિશંકુ યાદ આવ્યો. એને માટે જો વ્યોમમાં કોઈક જગ્યા મળી શકી તો પોતાને પણ ધરતી ઉપર કોઈક જગ્યા મળી રહેશે. ઈશ્વરે નિશ્ચિત કરી જ હશે. શોધવીયે નહીં પડે. એની મેળે જ મળી રહેશે.

બાળક જેવા વિશ્વાસથી ઈશાન જમીન પર પોતાની ચાદર પાથરીને સૂઈ ગયો. અને એકાદ-બે મિનિટમાં તો ગાઢ નિદ્રામાં વીંટળાઈ ગયો.

૨

શાન્ત પ્રગાઢ નિદ્રા – એના અંત સાથે જ સંપૂર્ણ જાગૃતિ. તંદ્રાવસ્થાને કે આળસને કોઈ અવકાશ જ નહોતો રહ્યો ઈશાનની દિનચર્યામાં, ઊઠતાંની સાથે સહેજ અજાણ્યું લાગ્યું, પણ તરત સાવધ થઈને એણે ચાદર સંકેલી લીધી. ગંગાતટ નથી, પણ પદ્મરાગના આ પાંચમા માળે એક બાથરૂમ તો છે જ. પાણી ધમધમાટ આવે છે. પરવારતાં વાર ન લાગી. બહાર નીકળીને એ પદ્માસન વાળીને બેસી ગયો. સવાર થવાને હજી બહુ વાર હતી, પણ ગુરુજીએ આને જ આત્મચિંતન માટે શ્રેષ્ઠ સમય કહ્યો હતો. વર્ષોની આદત હતી, મન તરત જ તલ્લીન થઈ ગયું. બે કલાક પછી સંસાર ભણી પાછા વળીને જોયું તો ખુલ્લી બારીમાંથી ઉજાસ સાથે પક્ષીઓનો કલરવ પણ ઓરડીમાં ધસી આવ્યો. મોટા થેલામાંથી એકાદ પુસ્તક કાઢીને વાંચવાની ઇચ્છા થઈ, પણ હમણાં એ ઠીક નહીં. બધું શાંત ભાવે વિચારી લેવું જોઈએ. આશુતોષભાઈ પૂછે ત્યારે એક જવાબ તૈયાર હોવો જોઈએ. કદાચ એમના પૂછવાની રાહ પણ ન જોવી જોઈએ. શા માટે એમને મૂંઝવણમાં મૂકવા ?

પરંતુ જવાબ તૈયાર નહોતો. આશ્રમમાંથી નીકળતી વખતે સોમગિરિએ બહુ સ્નેહપૂર્વક, ચિંતાપૂર્વક પૂછ્યું હતું ત્યારેય જવાબ તૈયાર નહોતો. જરાક હસીને એટલું જ કહ્યું હતું, 'હમણાં તો મુંબઈ જઈશ.' સોમગિરિએ જરા વાર રહીને પૂછ્યું હતું, 'પછી ?' ઈશાને કહ્યું હતું, 'ખબર નહીં.'

આજે પણ એ જ વાત હતી. મહામાયા માત્ર એક જ ડગલા પર પ્રકાશ પાડતી હતી. આગળનો પંથ અંધકારમાં ખોવાયેલો હતો, પણ તેની શી ચિંતા ? બીજો પગ ઉપાડતી વખતે વળી પાછી એક ડગલા જેટલી જગ્યા દેખાશે. જરૂર દેખાશે. આગળની યાત્રાનો નકશો તૈયાર કરવાની જવાબદારી ઈશાનની નથી. જે લઈ જાય છે તે જાણે છે ક્યાં જવાનું છે, ક્યાં થઈને જવાનું છે. ઈશાને તો ફક્ત ચાલવાનું. એક વખતે એક ડગલું ભરવાનું. બસ, એટલું એનું કામ.

એક વાત સ્પષ્ટ હતી. અહીંથી જેમ બને તેમ જલદી જવું જોઈએ. અને આજીવિકા માટે કંઈક ગોઠવવું જોઈએ. અંદરના જીવનને બને એટલી ઓછી હાનિ પહોંચાડે એવું કંઈક. કયો વિશ્વામિત્ર આવીને આ ત્રિશંકુ માટે સૃષ્ટિની રચના કરશે ?

હોઠ પર એક સ્મિત આવી ગયું. એ હળવાશ સાથે જ ઈશાન ઊઠ્યો અને બારણું ખોલીને બહાર નીકળ્યો. હજુ બધાં ઊઠ્યાં લાગતાં નહોતાં. માત્ર સીતારામ જમવાના ટેબલ પર કપરકાબી ગોઠવતો હતો. ઈશાન અનિશ્ચિત ભાવે એની સામે જોઈ રહ્યો. શું કરવું બરાબર ગણાય ? અહીં બેસીને બધાની રાહ જોવી કે ઓરડીમાં પાછું પેસી જવું ? એ પાછો વળતો જ હતો એટલામાં સીતારામે એને જોયો અને માયાળુપણે કહ્યું, 'પેપર આલા આહે.'

'એમ ?' કહી કશી ઇંતેજારી નહોતી છતાં ઈશાને છાપું હાથમાં લીધું અને હેડલાઈનો જોવા લાગ્યો. સીતારામે એને 'બસા !' કહી મોટી લાઈટ કરી અને રસોડામાં ચાલ્યો ગયો. આમતેમ પાનાં ફેરવતાં 'નોકરી જોઈએ છે' અને 'નોકરી ખાલી છે'વાળી જાહેર ખબરો નજરે ચડી એટલે ઈશાન કુતૂહલપૂર્વક જોવા લાગ્યો કે કોઈને એનો ખપ છે કે કેમ. કેટલી મિનિટો જતી રહી એનો કંઈ ખ્યાલ ન રહ્યો. ચાની સુગંધ આવી ત્યારે ઊંચું જોયું તો સામે આશુતોષ બેઠેલો હતો. એકલો આશુતોષ. કાલ કરતાં કંઈક કુમળો, કંઈક ઓછો ચિંતાગ્રસ્ત.

સહેજ શરમાઈને ઈશાને છાપું ધર્યું. 'લો, વાંચો ને તમે. હું તો અમસ્તું જ જોતો હતો.'

આશુતોષે છાપું લેવાની કશી ઉતાવળ ન કરી. એને ઈશાન જોડે વાત કરવી હતી, પણ શું કહેવું તે સૂઝતું નહોતું. પછી એ એકદમ ઝડપથી બોલવા લાગ્યો, 'તારે ચા ન પીવી હોય તો દૂધ પીજે, સીતારામ લાવી આપશે. અંદર કંઈ નાખવું હોય તોયે હોર્લિક્સ કે બૉર્નવિટા હશે, પણ તમે લોકો એવું બધું ન પીઓ, નહીં ?'

'કોઈને જરૂર હોય ને મળે તો પીએ. હું તો નથી લેતો.'

'વારુ, તો સીતારામ ! દૂધ લઈ આવ. ખાંડ નાખે ?'

'જરૂર નથી.'

'સીતારામ ! મોળું દૂધ લાવ. અરે હાં– તું કંઈ ખાઈશ ? ટોસ્ટ ખવાય તમારાથી ?'

'મારે કંઈ જોઈતું નથી.'

'જોઈએ તો કહેજે. રીમા મોડી ઊઠે છે, પણ સીતારામ હોય. એને કહેવાનું, સમજ્યો ને ?'

ઈશાન સમજ્યો. ભાઈના મનમાં લાગણીના કરોળિયાએ જાળું વણવા માંડ્યું છે. એના તંતુ મજબૂત થાય તે પહેલાં ભાગી જવું જોઈએ. દૂધ પી લીધા પછી એણે કહ્યું, 'આશુતોષભાઈ ! તમે મને થોડી મદદ ન કરો ?'

'શેની મદદ ? સંસારી જીવ એકદમ સતર્ક થઈ ગયો. ભાઈ મટીને એક

પત્નીનો પતિ, બે બાળકોનો પિતા બનીને આત્મરક્ષણાર્થે શું કહેવું જોઈએ તે ગોઠવવા લાગ્યો.

ઈશાને એનો ચહેરો જોયો ન જોયો કરીને પોતાની વાત આગળ કરવા માંડી.

'એવું છે ને, દીક્ષા લેતી વખતે મેં મારાં બધાં સર્ટિફિકેટ ફાડી નાખ્યાં હતાં. અત્યારે તો મારી પાસે હું જન્મ્યો હતો એનોયે પુરાવો નથી. તો ભણ્યો એનો તો ક્યાંથી જ હોય ?'

'એ તારી મૂર્ખાઈ કહેવાય.'

'ચોક્કસ, પણ મૂર્ખાઈઓ તો મેં ઘણી કરી છે. એમાંની એક.'

આશુતોષે ધારી ધારીને જોયું, પણ ઈશાન જરાયે વ્યંગમાં નહોતો બોલતો. માત્ર એક હકીકતની જાણ કરતો હતો. કશાયે પસ્તાવા વગર. અજબ માણસ હતો આ એનો ભાઈ ઈશાન.

'હવે મારે તમને એટલું પૂછવાનું કે જો મને કંઈ કામકાજ મળે તો તમે કહી શકો ખરા કે તમે મને ઓળખો છો અને હું બી. એ. પાસ થયેલો છું ?'

'હા, એમાં તો કશો વાંધો નહીં, પણ ઈશાન, તું કાયમ ખાતે અહીં રહેવા માગે છે ?'

'અહીં એટલે આ ઘરમાં નહીં. કદાચ આ શહેરમાં ખરો, થોડો વખત.'

'તે તું — નોકરી કરીશ ?'

'જોઉં, મળે તો.'

'ઓહ ઈશાન ! તને ફાવશે ?'

'જોઈએ.' કહી ઈશાન વિચારમાં ડૂબી ગયો. આશુતોષ છાપું વાંચતાં વાંચતાં વારે વારે તેની સામે જોઈ લેતો હતો, જાણે તેનો ચહેરો વાંચવાથી તેનો ભેદ ઉકેલી શકાય.

થોડી વાર પછી નાઇટગાઉન પહેરેલી રીમા આવી. એનો ચહેરો થાકેલો હતો અને વાળ વીખરાયેલા હતા. આવતાંની સાથે તે ખુરસીમાં ફસડાઈ પડી અને બન્ને ભાઈઓ સામે સાશંક નજરે જોવા લાગી. પોતાના કપમાં ચા રેડતાં રેડતાં તેણે પૂછવા ખાતર પૂછ્યું, 'રાત્રે ઊંઘ બરાબર આવી, ઈશાનભાઈ ?'

'હા...હું થોડી વાર બહાર ફરી આવું ?' ઈશાને આશુતોષને પૂછ્યું. આશુતોષે રીમા સામે જોયું. એની નામરજી દેખાઈ આવી, પણ ઈશાનને ના કેવી રીતે પાડવી તે આશુતોષને તરત સૂઝ્યું નહીં. એટલામાં ઈશાન ઊભો થઈ ગયો.

'બહુ મોડું ન કરતો. પાછી નકામી બધાને ચિંતા થાય.'

'કલાકેકમાં આવી જઈશ.'

'વારુ.' કહી આશુતોષ છાપું વાંચવા લાગ્યો. ઈશાન ગયો છે એની બરાબર ખાતરી કરી લીધા પછી રીમાએ ધૂંધવાઈને કહ્યું, 'ના પાડી દીધી હોત તો ?'

'એમ તો ના કેમ કહેવાય ?'

'વખતે પાછા જ ન આવે તો ?'

આશુતોષે નિસાસો નાખ્યો. ધારો કે એવું બને તોયે કોના માથા પર પહાડ તૂટી પડવાનો હતો ? રીમાને તો નિરાંત થાય ઊલટાની. એ નથી ઇચ્છતી કે આશુતોષની આવકમાં કોઈ ભાગ પડાવે. ઈશાન પ્રત્યેનો એનો અણગમો સંતાડવાનો એણે જરાયે પ્રયત્ન નથી કર્યો. તોયે અત્યારે ખોટેખોટી ચિંતા કરે છે – કોને ખબર શા માટે.

રીમા બોલી, 'અત્યારે કંઈ થાય તો આપણી જવાબદારી. એક વાર ઘરની બહાર ખરેખરા જ નીકળી જાય તો પછી આપણે શી લેવાદેવા ? આ તો લોકોમાં વાતો થાય. શાલ્મલી ને અર્ણવભાઈ પણ પૂછતાં આવે. કહું છું, એમને ત્યાં પાર્સલ કરી દો ને ! એય ભાઈ જ છે ને !'

'હું.'

'શું, કંઈ વાત થઈ ? શું કરવા માગે છે ?'

'કંઈ સમજાતું નથી. કદાચ કંઈ કામકાજ કરે.'

'ઓ બાપ રે ! તે કાયમ અહીં ચીટકવાના છે ? મને નહીં ફાવે હોં, આ ચોખ્ખું કહી દઉં છું. કેમ કંઈ અર્ણવભાઈની જંવાબદારી જ નથી ?'

'કેમ નહીં ?'

'તો પછી ?' રીમા ટોસ્ટ ખાતાં ખાતાં ચિડાઈને બોલી. ખાવું ને ગુસ્સો કરવો એકસાથે ન ફાવે એ દેખીતું હતું, પણ એથી વળી એને વધારે ગુસ્સો આવતો હતો. એમાં પાછી ટેલિફોનની ઘંટડી વાગવા માંડી. 'અત્યારના પહોરમાં કોણ છે પાછું ?' બબડીને એણે રિસીવર ઊંચક્યું.

'હલો !'

'ભાભી, હું શાલુ !'

'હા. શું છે ?'

'ગૂડ મોર્નિંગ ભાભી !'

'મોર્નિંગ.'

'પછી શું થયું ?'

'શેનું ?'

'ઈશાનભાઈનું.'

'એ તો ફરવા ગયા છે.'

'હા પણ..... આઈ મીન કંઈ નક્કી થયું કે નહીં ?'

'મને ખબર નથી.'

'કહું છું, હું ને નેન્સી આજે આવીએ ?'

'શેને માટે ?'

'એમને મળવા.'

'તે તમે જાણો. આવવું હોય તો આવો, લઈ જવા હોય તો લઈ જાઓ, જે કરવું હોય તે કરો. જેટલા મારા દિયેર છે એટલા જ તારા દિયેર છે, પણ તમે બન્ને લન્ચ પર કે ડિનર પર આવવા માગતાં હો તો મને આજે નહીં ફાવે.'

'ના, આ તો અમસ્તાં જરા સાંજે આવી જઈએ. તમને વાંધો નથી ને ?'

'મને શા માટે વાંધો હોય ?'

'આ તો નેન્સીને જરા ક્યુરિયોસિટી હતી...'

'શાલ્મલી, મેં તને કહ્યું ને, તારે જે કરવું હોય તે કર. આઈ એમ નૉટ ઇન્ટરેસ્ટેડ, બીજું કંઈ ?'

'ના.'

'ચાલ ત્યારે !' રિસીવર મૂકી દઈને રીમા આશુતોષ સામે એવી રીતે જોવા લાગી જાણે આ બધો એનો જ વાંક હોય. આશુતોષે પણ જરા ચિડાઈને કહ્યું, 'જરા સારી રીતે વાત કરતી હોય તો ?'

'આનાથી સારી રીત મને નથી આવડતી અને હવે આ ઉંમરે મારે શીખવી પણ નથી. તમને ના ગમતું હોય તો હવેથી શાલુના ફોન તમે જ લેજો !'

આશુતોષ જવાબ આપે એ પહેલાં ઠંડા પવનની લહેરખી જેવી મિહિકા ઊછળતીકૂદતી અંદર આવીને આમતેમ જોવા લાગી અને બોલી, 'ઓહ નો ! સાધુ અંકલ હજી ઊઠ્યા નથી ?'

'એ તો ફરવા ગયા.'

'ક્યારે આવશે ?'

'આઇ ડોન્ટ નો ઍન્ડ આઇ ડોન્ટ કેર ! ચાલ તું જલદી જલદી બ્રેકફાસ્ટ પતાવ. પાછું તને મોડું થશે. કરણ હજુ કેમ આવ્યો નહીં ? સીતારામ ! સીતારામ ! કરણને બોલાવ જોઉં.'

રીમાના ચહેરા પરની ચીડ અને અકળામણથી ત્રાસીને આશુતોષ ત્યાંથી ઊભો થઈ ગયો. અને પોતાના ઓરડા ભણી ચાલવા લાગ્યો. વચમાં કરણ મળ્યો. ખૂબ ઉત્સાહથી પૂછવા લાગ્યો. 'ઇટ્સ ઑલ રાઇટ ને પપા ? મેં મારા થોડા ફ્રેન્ડ્ઝને

સાંજે બોલાવ્યા છે. – સાધુ અંકલને જોવા.'

'નો ! ઇટ્સ નૉટ ઑલ રાઇટ.' આશુતોષે પોતાના મનની બધી મૂંઝવણ અને વંધ્ય ગુસ્સો એક જ નજરમાં ઠાલવી દઈને બબડવા માંડ્યું, 'એ કંઈ જોવાની – પ્રદર્શન કરવાની ચીજ નથી, મારો ભાઈ છે. સમજો છો શું તમે બધા તમારા મનમાં ?'

આભો થઈને કરણ એની સામે જોઈ રહ્યો.

આશુતોષને એકાએક રીમાની વાત સાચી લાગવા માંડી. આ બધી મુશ્કેલ પરિસ્થિતિનો સામનો પોતે એકલો શા માટે કરે ? અર્ણવની કશી જવાબદારી નથી ? આખરે ઈશાન એનો પણ ભાઈ છે. પોતાના ઓરડામાં જઈને ફોન જોડ્યો.

'હલો, અર્ણવ ?'

'હા, બોલો આશુભાઈ.'

'શું બોલે ? તારે નિરાંત છે, અહીં એકેક મિનિટે કંઈ ને કંઈ નવું થયા કરે છે.'

'કેમ, હવે શું થયું ?'

'એ.....એ કંઈ કામકાજ કરવા માગે છે. અહીં – મુંબઈમાં. સમજ્યો ?'

'ઓહ નો !'

'એણે એવું કહ્યું, આજે સવારમાં... અને અર્ણવ !'

'શું ?'

'એની પાસે એકે સર્ટિફિકેટ નથી. પેલી દીક્ષાબીક્ષા લીધેલી ને, ત્યારે બધાં કામનાં કાગળિયાં ફાડી નાખ્યાં છે.'

'અરે, એવું કેમ કર્યું ?'

'એ જાણે. પણ હવે એને રેફરન્સ જોઈએ છે. મને લાગે છે કે આપણે કોઈને કહીએ કે એ અમારો ભાઈ છે ને બી. એ. થયેલો છે, એમાં કંઈ વાંધો નહીં ને ? બિચારાને કંઈ નોકરીબોકરી મળી જાય તો થોડો સેટલ થાય.'

'પણ આશુભાઈ, પછી એ કંઈ આડુંઅવળું કરે તો લોકો આપણું જ ગળચું ઝાલે ને ?'

'તેનું તો શું થાય ?'

'ના ના, તમે ઉતાવળે કંઈ ના કરતા. મને લાગે છે કે આપણે ઉત્તર-કાશીમાં તપાસ કરાવવી જોઈએ કે એને આશ્રમમાંથી કેમ કાઢી મૂક્યો.'

'એ તો પોતાની મેળે નીકળી ગયો છે ને ?'

'એવું તો એ કહે છે. આપણે ક્યાં જોવા ગયા છીએ ?'

'એ જૂઠું બોલતો હોય એવું લાગતું તો નથી.'

'ના પણ ખાતરી કરેલી સારી. ચાલો, હું આજે જ એક માણસને ઉત્તર-કાશી મોકલી આપું છું. બહુ સ્માર્ટ છે. બધી તપાસ કરી લાવશે ને પાછો બડબડિયોયે નથી. વી વિલ બી ક્વાઈટ સેઈફ. અને એ જો આવીને કહે કે બધું ઓ. કે. છે, તો આપણે કશેક એની ભલામણ કરી શકીએ. જોકે એણે એની રહેવાકરવાની ગોઠવણ કરી લેવી પડે.'

'હં...મુંબઈમાં ક્યાં સહેલું છે ?'

'તે જ ને ! એ અહીંયાં આવ્યો જ ખોટો. અચ્છા, આશુભાઈ ?'

'શું ?'

'આ માણસનો જવાઆવવાનો ને બીજો ખર્ચ.... તમે આપશો ને ?'

'અર્ણવ !'

'ઓ. કે. વી વિલ શેર ઇટ, બસ ? અરધો ખરચ મારો.'

'ભલે. પણ જેમ બને એમ જલદી મોકલી આપ.'

'અરે, આજે જ ! તમે ફિકર ના કરતા. બીજું કંઈ ?'

'ના.'

'ભલે તો !'

વાતચીત પૂરી થઈ ગયા પછી પણ રિસીવર ઝટ પાછું મુકાયું નહીં. ખેદ વ્યાપી ગયો દિલમાં. સગા ભાઈની જાસૂસી કરવી પડે છે. કેવી છે આ દુનિયા ? પણ અર્ણવનો વહેમ ખોટો જ નીકળવાનો. ઈશાન એવુંતેવું કંઈ કરે એવો નથી. નાનપણથી જ બહુ સીધોસાદો. એક વખત અડધી રાતે કડાકાભડાકા સાથે મુશળધાર વરસાદ તૂટી પડ્યો હતો ત્યારે વીજળીના લપકારાથી બીને ઈશાન કેવો પોતાની પથારીમાં આવી પડ્યો હતો ! પોતે પંપાળીને આશ્વાસન આપ્યું હતું. બહુ નાનો હતો ઈશાન તે વખતે.

નિસાસો નાખીને રિસીવર પાછું ગોઠવી દઈને આશુતોષ ઊઠ્યો. આજે ઑફિસમાં મોડું થવાનું.

ઈશાનને પહેલેથી બાગબગીચા ઓછા ગમે છે. એક ઝાડને જે રીતે વધવું હોય તે રીતે એને શા માટે વધવા ન દેવું તે એને સમજાતું નથી. મેંદીની વાડ કાપતી માળીની કાતરની નિષ્ઠુરતા આગળ એની આંખો મીંચાઈ જાય છે. નીંદવાની તો આખી પ્રક્રિયા સામે જ એનો વિરોધ છે. કયા છોડ નકામા છે અને મૂળમાંથી ખેંચી કાઢીને ફેંકી દેવા જેવા છે તે નક્કી કરનાર આપણે કોણ ? આ એની નાનપણની વિચારસરણી હજુ બદલાઈ નથી. તેમ છતાં સરસ રીતે જાળવણી કરેલા ઉદ્યાનને જોઈને સૌન્દર્યબોધ થાય છે એય એક હકીકત છે. આવા આવા કેટલાયે નાનકડા

વિરોધાભાસ વચ્ચે એ શાંતિથી જીવી રહ્યો છે. વિચારો આવ્યા કરે છે, પણ એનો બોજો નથી લાગતો. કશેક બે પગ મૂકીને ઊભા રહેવાની જગ્યા મળી ગઈ છે ઈશાનને. ત્યાંથી આ બધા પ્રવાહો જોઈ શકાય છે; ઘટનાઓના, વિચારોના, લાગણીઓના.

'હેન્ગિંગ ગાર્ડન ફિરુન આલે કા ?' સીતારામે પૂછ્યું.

હકારમાં માથું હલાવી ઈશાન પોતાની ઓરડીમાં પેસી ગયો. ફરી પાછું સ્નાન, ધ્યાન અને હવે નિરાંતજીવે વેદાન્તગ્રંથોનું પુનરાવર્તન. મનમાં બધું ગોઠવાઈ ગયું હતું. બે રોટલાની ગરજ છે ત્યાર લગી દુનિયા જેને સ્વીકારે એ જાતનો પરિશ્રમ કરવો પડશે. બાકીનો સમય પોતાનો. ઠીક છે, કંઈ ખોટું નથી.

સાંજે નેન્સી અને શાલ્મલી આવ્યાં. ઉંમરમાં કરણ અને મિહિકા કરતાં ઘણી નાની હોવા છતાં નેન્સીમાં એક જાતની પ્રગલ્ભતા હતી. સીધી નજર માંડીને ક્યાંય લગી જોઈ શકે. મનમાં આવે તે સવાલ બેધડક પૂછી નાખે. સંતોષકારક જવાબ મેળવીને જ જંપે. એકની એક હોવાને લીધે એને પોતાનું ગૌરવભાન જરા વધારે પડતું હતું.

'તમે મારા ડૅડ જેવા નથી દેખાતા.' તીવ્ર નિરીક્ષણ બાદ એણે જાહેર કર્યું.

પોતાની પુત્રીની અસાધારણ બુદ્ધિમત્તાના આ પુરાવાથી હરખઘેલી થઈ શાલ્મલી સૌના ચહેરા સામે જોવા લાગી; પણ મિહિકા વિચારમાં પડી ગઈ હતી કે એના સાધુ અંકલ પોતાના પપ્પા જેવા દેખાય છે કે કેમ, રીમાના ચહેરા પર આ આખાયે પ્રકરણનો નર્યો કંટાળો પથરાયો હતો. દેરાણીને ઈશાન સાથે એકલી મૂકવાનું એને સલામત લાગ્યું નહોતું. રખેને કંઈ માલમિલકતની વાત થઈ જાય એટલા પૂરતી જ એ અહીં બેઠી હતી. જ્યારે ઈશાનને આમાં કંઈ જવાબ આપવા જેવું લાગ્યું નહોતું, શાલ્મલીને આ ન ગમ્યું. કોઈકે તો વખાણ કરવાં જોઈએ ને ! આખરે રાહ જોઈને એણે પોતે જ બોલવા માંડ્યું. 'અમારે નેન્સીનું ઑબ્ઝર્વેશન એટલે ખલાસ ! કોઈ છટકી ના શકે અને પાછી પોતે તરત કહી પણ નાખે. એની વાત એવી હોય ને, તમારે તરત માનવી જ પડે. કેમ રીમાભાભી, બરોબર ને ? તમને ઈશાનભાઈનું મોઢું અર્ણવ જેવું લાગ્યું કંઈ ?'

'મેં તો બેમાંથી એકેનાં મોં એવાં ધારીધારીને જોયાં નથી.'

'મમ્મી, આઇ ડોન્ટ થિન્ક હી'ઝ અ સાધુ. ઑરેન્જ કપડાં પણ નથી અને લાંબા વાળ પણ નથી. બીડ્ઝનો નેકલેસ પણ નથી.'

'જોયું ? કેવું પકડી પાડ્યું ?' કહી શાલ્મલી ખૂબ હસવા માંડી. ઘણા જ ઘેરા રંગની લિપસ્ટિક લગાડેલા હોઠ વચ્ચેથી એનું ખોટા દાંતનું ચોકઠું કંઈક જુગુપ્સા

પ્રેરતું હતું. રીમાએ એનું હાસ્ય અટકાવવાના ઇરાદાથી જ જરા તીક્ષ્ણ ભાવે કહ્યું, 'ડેન્ચર્સ સાફ કરવાના ઘણા પાવડર આવે છે, શાલુ ! તું વાપરતી નથી ?'

નાની ઉંમરે ગુમાવેલા દાંત વિશેની કોઈ પણ ટકોર એ સહન કરી શકતી નહોતી એની રીમાને ખબર હતી. જરા વાર બન્નેનું નેત્રયુદ્ધ ચાલ્યું. પછી શાલ્મલીએ મોરચો બદલ્યો. બનાવટી હાસ્ય સાથે એણે ઈશાનને પૂછ્યું, 'પણ તમે કપડાં શા માટે બદલ્યાં ? અર્ણવ પણ કહેતો હતો. ભગવાં રાખ્યાં હોત તો બૉમ્બેમાં પણ તમને ઘણા ફોલોઅર્સ મળી જાત.'

'હં.' ઈશાન કહી શક્યો હોત કે મારે નથી જોઈતા, પણ આ સ્ત્રી સાથે વધારે બોલવાની કશી ઇચ્છા ન થઈ.

એના મૌનથી પ્રોત્સાહિત થઈને શાલ્મલી બોલવા લાગી, 'અહીં હવે લોકોને સ્પિરિચ્યુઅલ ઇન્ટરેસ્ટ બહુ છે, હં કે ! તમને પેલું – શું ? હા, કુંડળી જગાડવાનું ને બધું આવડે છે ?'

'તુંયે શું શાલુ ? કુંડળી તો જોશી જુએ.'

'ના ના એ નહીં, આ તો બીજી કંઈક હોય છે. સાપની માફક નીચેથી ઉપર ચડે ને એવું બધું. બાય ધ વે, તમે ત્રણચાર દહાડા રહેવાના હો તો મને જરા સમાધિ કરતાં શિખવાડી દેજો ને ! આય થિન્ક નેન્સી પણ મેડિટેશન પિક અપ કરી લેશે, નહીં સ્વીટુ ?'

ઈશાન કુંડલિની અને કુંડળીના ભેદ વિશે કંઈ પણ બોલે તે પહેલાં સ્વીટુએ બીજો ધડાકો કર્યો, 'વ્હાય વેર યુ થ્રોન આઉટ ?'

મિહિકા ચિડાઈ ગઈ. એણે આંખો કાઢીને નેન્સીને કહ્યું, 'શટ અપ ! સાધુ અંકલની સાથે આવી રીતે બોલાય ?'

'એ સાધુ પણ નથી અને મને લાગે છે કે અંકલ પણ નથી. કારણ કે એ કંઈ મારા ડૅડ જેવા દેખાતા નથી. અને એમને એ લોકોએ કાઢી ન મૂક્યા હોય તો અહીંયાં આવ્યા જ શા માટે ? રાઈટ, મમ્મી ?'

શાલ્મલી મૂંઝવણમાં મુકાઈ ગઈ. નેન્સી રાઈટ હોવા છતાં અત્યારે તો એની પીઠ ન થાબડી શકાય. એણે માત્ર એટલું જ કહ્યું, 'નેન્સી, તારે મિહિકા સાથે નથી રમવું ? એના રૂમમાં જા ને ડિયર !'

'ના. મારે એને મારા રૂમમાં નથી લઈ જવી.' મિહિકા તરત બોલી.

'તો પછી – તું કરણની વિડિયોગેમ્સ રમ. ભાભી ! કરણ ક્યાં છે ?'

'હશે એના રૂમમાં.'

નાનોશો અકસ્માત થઈ ગયો. મોંએ ચડાવેલી છોકરીએ દરેકના મનમાં રમતી

વાત એકદમ સૂર્યપ્રકાશમાં મૂકી દીધી. એના પરાવર્તિત ઝબકારાથી સૌ આંખ બચાવવા માગે છે – પોતપોતાની રીતે. મિહિકા સૌથી પહેલી ઊઠી. ગજવામાંથી ચ્યૂઈંગ ગમ કાઢીને એણે ઈશાન સામે ધરી.

ઈશાને તરત જ સ્મિત કરીને એ લઈ લીધી. એ સમજતો હતો કે મિહિકાએ શા માટે આમ કર્યું. જો એણે ના પાડી હોત તો મિહિકાના સ્નેહનો અનાદર થાત અને એ તો કોઈથી ન કરાય. ક્યારેય ન કરાય. ભલે માણસ સંસારી હોય કે સાધુ કે પછી પોતાના જેવો....હા, ત્રિશંકુ !

'તમારાથી આ ખવાય ?' ખસિયાણી પડી ગયેલી શાલ્મલીએ પૂછ્યું.

'અમારાથી એટલે ?'

'આઈ મીન...'

'ત્યાં આશ્રમમાં બહારની આવી વસ્તુઓ ખવાતી નથી, પણ આને હું મારી પાસે રાખીશ. એ મિહિકાની ભેટ છે.'

મિહિકા ખુશ થઈ ગઈ. હસીને એણે કહ્યું, 'થૅન્ક યૂ, અંકલ !'

ઈશાને સ્મિત કર્યું.

શાલ્મલીને આ બધું પસંદ ન પડ્યું. વાતને પરાણે ખેંચીને પાછળ લઈ જતાં એ બોલી, 'તે તમને મેડિટેશન ને એવું બધું શીખવતાં આવડતું હોય તો આવતી કાલે બપોરે મારે ત્યાં લેડીઝ ગ્રુપની લન્ચ મિટિંગ છે. લન્ચ પછી અમે બધાં એકાદ-બે કલાક બેસીએ છીએ. તમારો પ્રોગ્રામ ગોઠવી શકાય. નો પ્રોબ્લેમ.'

'ના, નહીં ફાવે.'

'પણ તમને આવડે છે તો ખરું ને ? ચાલો ને, હું ને ભાભી હમણાં જ શીખી લઈએ.'

'ના રે ભાઈ, આપણને આ બધા ઢોંગધતૂરા ના ફાવે. તું શીખ તારે શીખવું હોય તો.'

'શું, ઈશાનભાઈ શો વિચાર છે ?'

'જવા દો.'

'તમે જવાબ ન આપ્યો. તમને કેમ કાઢી મૂક્યા હતા ?' નેન્સીએ પાછું ઝુકાવ્યું.

આ વખતે ઈશાને ગંભીર ભાવે એની સામે જોઈને પણ જાણે બધાને ઉદ્દેશીને કહ્યું, 'એવું નથી. હું મારી મેળે ચાલ્યો આવ્યો.'

'કેમ ?'

'એ તને નહીં સમજાય.' કહી ઈશાન ત્યાંથી ઊઠીને પોતાના ઓરડામાં ચાલ્યો ગયો.

'બસ ત્યારે, શાલુ ? જો તમે લોકોએ મળી લીધું હોય તો...? અને ફરી વાર કંઈ ચા કે લીંબુનું શરબત જોઈતું હોય તો સીતારામને કહું.'

'ના, ના !'

'ચાલો ત્યારે !'

રીમા ઊભી થઈ એટલે મનેકમને શાલ્મલીને પણ ઊઠવું પડ્યું. બાકી એને તો હજી હજારો વાતો કરવાની હતી. નેન્સીની હોશિયારીની તો ખરી જ, પણ બીજી કેટલીયે. ઈશાનના ભૂતકાળ વિશે પોતે શું ધારે છે અને ભવિષ્યની શી આગાહી કરે છે તે ઉપરાંત અર્ણવ જેને ઉત્તરકાશી મોકલવા માગે છે તે માણસ આવાં બધાં કામમાં કેટલો પાવરધો છે અને અર્ણવના એની ઉપર કેટલા ઉપકાર છે એ બધું એને માંડીને કહેવું હતું, પણ શું થાય ? જોકે જતાં જતાં બારણા આગળ ઊભા રહીને એણે પોતે પહેરેલી સાઉથ ઇન્ડિયન કૉટનની સાડી સત્તરસોની છે, પણ બહેનપણીની ઓળખાણને લીધે બારસોમાં મળી ગઈ એના હરખનું પ્રદર્શન તો કરી જ લીધું.

રીમાએ એની બધી વાત સાંભળીને એક જ સપાટે ઝટકાવી કાઢી. 'મને તો કોઈ મફત આપે તોયે હું ના પહેરું. કેવો હૉરિબલ રંગ છે !'

પૈસાદાર જેઠાણીની સામું તો શું બોલાય, પણ શાલ્મલીએ રીમાની સાડીનો પાલવ જરાક ઊંચક્યા જેવું કરીને પૂછ્યું. 'આ કેટલાની ?'

'આ તો મારાં ભાભી કૉન્ટિનન્ટ ફરવા ગયાં હતાં ત્યાંથી લાવ્યાં છે, પણ શાલુ, તું આમને તારે ત્યાં રહેવા ક્યારે બોલાવે છે ?'

'અર્ણવને પૂછી જોઈશ.... પણ મને નથી લાગતું કે નેન્સી વિલ ઍન્જોય ઇટ.'

નેન્સીએ હસીને શાલ્મલીનો હાથ પકડી લીધો. 'મા, યૂ આર સો રાઇટ !'

'ચાલો ભાભી ! જાઉં.'

'આવજે.'

સંધ્યા થવા આવી હતી. ઈશાનની ઓરડીમાં સમુદ્રમાં ડૂબવાની તૈયારી કરતા સૂર્યનો આછો પ્રકાશ બારીના કાચને અજવાળી દેતો હતો. બારી ખોલી નાખીને ઈશાને ખારી, ભીની તેજવંત હવાને અંદર આવવા દીધી. સાયંકાળની ઉપાસનાનો સમય થઈ ગયો છે તે જાણવા છતાં તે થોડી વાર બારી આગળ એમ ને એમ ઊભો રહ્યો. 'મિહિકા કેમ વહાલી લાગી ? નેન્સી પ્રત્યે કેમ અણગમો આવ્યો ? ગુરુ, ગુરુ ! તમે હજી કાચા છો.' ભીતરના જ કોઈ દૈવતને ઉદ્દેશીને ઈશાને મનમાં ને મનમાં કહ્યું. પછી ભગવાનની ગાય નામનાં રૂંવાદાર બિયાંને બાળક ફૂંક મારીને ઉડાડી દે એમ આ બધા વિચારોને બહાર ફેંકી દઈને તે શાંત થઈ ગયો. પોતાની

જાતને હસવામાં ગુરુ તરીકે સંબોધી એ ભૂલનું સંમાર્જન કરતો હોય તેમ બ્રહ્મલીન ગુરુદેવ ૐકારગિરિની મુખાકૃતિની નાનામાં નાની રેખા સ્પષ્ટપણે યાદ કરીને એમના સ્મરણમાં લીન થઈ ગયો. મંત્રનું રટણ આવે સમયે આપોઆપ જ થતું રહેતું હતું. ન તો હોઠ ફફડતા, ન કશો અવાજ આવતો. તે છતાં એ ધ્વનિરહિત ગુંજારવ હૃદયમાંથી જાગીને દેહના રોમેરોમમાં શાંતિનો અમૃતસ્પર્શ કરતો હતો.

ધ્યાનમાંથી ઊઠ્યો ત્યારે ગુરુદેવની અપાર કરુણાના સ્મરણથી એની આંખો ભીંજાઈ ગઈ. એમણે એને કેવો અમૂલ્ય પારસમણિ આપ્યો હતો ! પરંતુ તે આ સંસારની હાટડીએ બેસવામાં કામ ન લાગે. જેને તેને કાંચન કરવા જતાં એ સમૂળો જ ખોવાઈ જાય. નાની ભાભીને એ કઈ રીતે સમજાવવું ? લન્ચ મિટિંગ પછી પત્તાંની રમત કે અંત્યાક્ષરી કે કોઈ વસ્તુ બનાવવાનું ડેમોન્સ્ટ્રેશન ચાલે. કોઈનું નાનું એવું ભાષણ કે ગીત-સંગીત પણ ચાલી જાય, પરંતુ મેડિટેશન...

ઈશાનને થયું કે પોતે એમને સમજાવવું જોઈતું હતું. પોતાના જવાબથી કદાચ એમને ખોટું પણ લાગ્યું હોય, એવું શા માટે કરવું ? પણ હવે તો એ વાત પતી ગઈ હતી.

એક નાનકડા સંસ્કૃત ગ્રંથનો હિન્દી અને ગુજરાતી અનુવાદ કરવાનું કામ ગુરુજીએ સોંપ્યું હતું. હસીને બોલ્યા હતા, 'કભી કિસીકો કામ આયેગા.' ઈશાને બીજા જ દિવસથી એ શરૂ કરી દીધું હતું. ગંગાજળ ભરી લાવવાનું હોય કે કંથા સીવવાની હોય કે બાટી બનાવવાની હોય એટલી જ સહજતાથી. પણ પેલાં બધાં કામ પૂરાં થઈ જતાં હતાં. આનો છેડો હજુ દેખાતો નહોતો. નાનકડાં સૂત્રોનો અર્થવિસ્તાર ક્ષિતિજને અડી આવતો હતો. કોઈને ક્યારેક કામ લાગે કે ન લાગે, ઈશાનને પોતાને તો સ્વાધ્યાય ચાલુ રાખવામાં આ અનુવાદ બહુ મદદરૂપ નીવડ્યો હતો. અહીં આશ્રમ કરતાંયે વધારે સમય મળતો હતો. એ કામ અહીં પૂરું થઈ શકે. જરૂર થઈ શકે.

ચોપડીઓ અને કાગળિયાં કાઢીને ઈશાને પદ્ધતિસર ગોઠવ્યાં અને તે કામે લાગી ગયો. ઘણા વખત પછી સીતારામે આવીને દૂધનો પ્યાલો ધરતાં કહ્યું, 'શેઠ ભેટાયલા યેતે.'

'શું કરવા ? હું જ બહાર આવી જાઉં.'

પણ એટલામાં આશુતોષનાં પગલાં સંભળાયાં.

'શું કરે છે ઈશાન ? કંઈ લખવા માંડ્યું કે શું ?'

'ના, આ તો અનુવાદ છે.'

'કોણ છાપશે ? કેટલા પૈસા મળશે ? ઓહ સૉરી, તમે લોકો તો પૈસા ન

લો, નહીં ?'

'હવે એવું કેમ ચાલશે ? પણ આ તો ગુરુજીએ સોંપેલું કામ છે.'

'અચ્છા, અચ્છા ! તે ઈશાન, તારે એમની સાથે કંઈ વાંધોબાંધો તો નહોતો પડ્યો ને ?'

'કોની સાથે, ગુરુજીની સાથે ?' ઈશાનના ચહેરા પર એવું અપાર આશ્ચર્ય વ્યાપ્યું કે આશુતોષને હસવું આવી ગયું. પછી વળી વિચારમાં પડીને એણે પૂછ્યું, 'બીજા કોઈ આશ્રમવાળાઓ જોડે કંઈ થયું હતું ?'

'ના, કંઈ નહીં. કેમ ?'

'આમ જ.'

આશુતોષભાઈ પૂછવા માગે છે, પણ હિંમત ચાલતી નથી. બન્ને ભાઈઓની વચ્ચે સભ્યતાનો એક પડદો ઝૂલે છે. ચીરી નાખવાનો દૂર રહ્યો, જરા ઊંચકવા જેટલી પણ બહાદુરી રહી નથી આશુતોષભાઈની, પણ ઈશાને શા માટે રાહ જોવી ? શા માટે એમને તલસાવવા ?

'તમારે કામ ન હોય તો બેસો ને ! થોડી વાત કરીએ.'

આશુતોષ તરત બેસી ગયો. બહુ સારું લાગ્યું. ઈશાન પોતાની મેળે વાત કરવા માગે છે, પોતાને – પોતાને એકલાને ! આ થોડા વખતમાં મનની ગતિ ધીરે ધીરે એવી બદલાઈ ગઈ છે, ઈશાનની સામે જોતાં કંઈ જોખમનો અનુભવ નથી થતો.... એનું સામીપ્ય ગમે છે. એક જાતની રાહત લાગે છે.

'બોલ ભાઈ !'

'આ હું... ઓચિંતો આવ્યો એટલે તમને જાતજાતના વિચાર આવતા હશે. કદાચ ચિંતા પણ થતી હશે, પણ એવું, ફિકર કરવા જેવું કંઈ નથી.'

'તો સારું.'

'અને હું કંઈ તમારા ઘરમાં બહુ રહેવાનો નથી. આજે જ એક મહાદેવનું મંદિર જોયું હતું. એની પાછળની ઓરડીઓમાં પૂજારી રહેવા દે છે. ભગવાં ન હોય તોયે રહેવા દે.'

'ના ના, એવામાં કંઈ રહેવાતું હશે ?'

'કેમ ? ભગવાનનું ઘર છે. શો વાંધો ?'

'ના ભાઈ. ઠીક ના લાગે. અને – મને પણ ચેન ના પડે. એમ તો થાય ને, કે ઈશાન ક્યાં સૂતો હશે, શું ખાતો હશે ? એવી કશી ઉતાવળ નથી. રહે તું તારી મેળે થોડો વખત. પછી કંઈ સરખું ગોઠવાય એટલે જજે.'

'આ સરખું જ છે.'

'ના !'

'વારુ.'

'ઈશાન !'

'જી !'

'તે તું આટલું બધું લખે છે તો તને કંઈ સંસ્કૃતનું કે એવા કશાકનું ટ્યૂશન કરતાં ના આવડે ?'

'આવડે, પણ સંસ્કૃત હવે ભણે છે છોકરાંઓ ?'

'ભણતાં હશે. તપાસ કરી જોઈશું. તને તો વાંધો નથી ને ?'

'ના, જરાયે નહીં. બીજી નોકરીઓ કરતાં આ સારું. બસો-અઢીસો મળે તો કામ ચાલી જાય.'

આશુતોષને આ વખતે ખૂબ હસવું આવ્યું. હસતાં હસતાં જ તે બોલ્યો, 'ઈશાન ! આ ૧૯૯૫નું વરસ ચાલે છે. કંઈ સમજ પડે છે ? આ આપણો સીતારામ છે ને, એનો પગાર કેટલો છે જાણે છે ?' કહી એણે એક આંગળી ઊંચી કરી.

'સો ?'

'સો નહીં, હજાર. પૂરા એક હજાર. અને તોયે એ કાયમ મોંઘવારીની અને પગારવધારાની વાતો કર્યા કરતો હોય છે.'

'ઓહ ! પણ એને તો પરિવાર હશે ને ? મારે તો એક ટંકના ભોજન સિવાય કશાનો ખપ નથી.'

'બે જોડ કપડાંનો ખપ નથી ? માંદેસાજે દવાદારૂનોયે ખપ નથી ? માથા પર છાપરીનોયે ખપ નથી ? આ ચોપડાં ને કાગળિયાં ને પેન ને બધું મફત આવે છે ? જીવતા માણસને શું ન જોઈએ, ઈશાન ? તું કશું સમજતો નથી.'

'હં.'

'ને હવે તારો આશ્રમની વાત કર. શું થયું હતું ?'

ઈશાનની આંખો આગળ ઉત્તર કાશીનો આશ્રમ સાકાર થઈ ઊઠ્યો. સવારે સૂર્યોદય થતાં પહેલાંનું, બરફ જેવા શીતળ ગંગાજળમાં ડૂબકીઓ મારીને કરેલું સ્નાન...આહા, એ સ્નાન વિના તનને ને મનને ક્યાંથી શાંતિ મળે ? ચામડી ઠરી ન જતી, દાઝી જતી, પણ અંદરથી કોઈ અજબ ચેતનનો ફુવારો જાગતો.... લાગતું કે બ્રહ્માંડનું રહસ્ય હવે હાથવેંતમાં જ છે. આસપાસના માણસો, તેમની વાતચીત બધું દૂર સરી જતું. મનના એકાંતમાં ઈશાન આદિત્યનું આવાહન કરતો. ગંગાતટે પદ્માસનસ્થ તે પૂર્વદિશાભિમુખ બનીને સૂર્યનું ચિંતન કરતો. ગાયત્રીનું રટણ કરતો અને એનું પરમ તેજ પોતાની બુદ્ધિને અજવાળે, તત્ત્વગ્રહણ કરવા જેટલી સૂક્ષ્મ અને

નિર્મળ બનાવે એવી પ્રાર્થના કરતો. પછી આશ્રમમાં જઈને ગુરુદેવનો ઉપદેશ ગ્રહણ કરતો અને એક પછી એક સરતી આવતી આજ્ઞાઓના પાલનમાં ધન્યતા અનુભવતો.

મધ્યાહ્ન ભોજનમાં મોટે ભાગે જાડી રોટલી ને દાળ હોય. જે વખતે જે શાક સસ્તું હોય તે ખાવાનું. એક વખત લગાતાર બે મહિના સુધી એક જ જાતની પહાડી ભાજી મળી હતી. ગુરુદેવ આનંદથી ભોજન લેતા, બધાની સાથે, એકસરખું જ. પછી કોણ કોને ફરિયાદ કરે ?

એક કલાક પછી અધ્યયન શરૂ થતું તે સાંજ લગી ચાલતું, સાંજે આરતી, ભજન અને ધ્યાન. રાતે બધા આશ્રમવાસીઓને એક કટોરો દૂધ મળતું. કોઈ ગૃહસ્થ ભક્તો વિનંતી કરતા કે સેવાનો લાભ આપો. ત્યારે ૐકારગિરિ હસીને કહેતા, 'જ્યાદા કી જરૂરત હી નહીં... સંતો કો ક્યોં બિગાડના ચાહતે હો ?'

સમય અટકી ગયો હતો. ઠંડી, ગરમી અને વરસાદ પોતાના ક્રમ પ્રમાણે આવે ને જાય. આશ્રમની દિનચર્યાનો બહુ ફેર પડતો નહોતો. કોઈને દિવસોની ગણતરી યાદ નહોતી. શાસ્ત્રોના અગાધ સમુદ્રમાં તરતાં તરતાં ફક્ત એટલું જ યાદ રહેતું હતું કે કયા ગ્રંથ પૂરા થયા અને હવે કયા શરૂ થવાના.

ક્યારેક ગુરુદેવના ભક્તો આવીને ધનની ઢગલી કરી જતા. તેઓ હજુ બેઠા હોય એટલામાં જ ગુરુ કોઈને મોકલે, 'કહાં ગયા અપના કોઠારી, જાઓ બુલા કે લાઓ.'

સ્વામી વિવેકગિરિ બહુ ઠરેલ સંત હતા. પંચાવનસાઠ જેટલી ઉંમર હશે. આશ્રમની વ્યવસ્થા તેઓ સંભાળતા. જાણતા કે એક અઠવાડિયાની જરૂરિયાત જેટલી જ ખરીદી થવી જોઈએ. પૈસા પણ એક અઠવાડિયા પૂરતા જ રાખવાના. ગુરુદેવની આજ્ઞા હતી. ક્યારેક કોઈ દલીલ કરે તો કહેતા, 'અરે, યે તો કલજુગ આ ગયા ! નહીં તો એક દિનકા સામાન હી કાફી હૈ !'

કોઈ સાહસિક ચેલો કહેતો, 'અગર કોઈ જરૂરત પડ જાય...'

'દેખનેવાલા નહીં બૈઠા ક્યા ઉપર ? બહોત સ્યાને મત બનો બેટા ! કલ કી ફિકર રખનેવાલે કા આશ્રમમેં ક્યા કામ ? ઉસકે લિયે તો ગૃહસ્થી હી ભલી !'

એટલે દાતા બેઠો હોય ને જ ગુરુદેવ વિવેકગિરિને તેડું મોકલતા. કહેતા, 'અરે કોઠારીજી ! દેખો, માતાને પ્રસાદ ભેજા હૈ. ચાહિયે ઉતના રખ લો. બાકી વાપિસ કર દો.'

'નહીં નહીં પ્રભુ ! હમારા સંકલ્પ હૈ. આપ રખ લીજિયે !'

'અરે ભાઈ તુમ્હારા સંકલ્પ હૈ તો હમ ક્યા કરેં ? જરૂરત સે જ્યાદા તો નહીં રખ સકતે ન ? ઉઠાઓ અપના કૂડા કરકટ ઔર ચાહે દરિદ્રનારાયણ કો બાંટ

દો, ચાહે ગંગામૈયા કો ભેટ કર દો. હમેં પરેશાન મત કરો.'

કોઈ કોઈ શિષ્યોને લાગતું કે ગુરુજી ભૂલ કરે છે. ભેટ આવેલી રકમનો ઘણોબધો સદુપયોગ થઈ શકે. આશ્રમનું મકાન મોટું કે સગવડવાળું કરાવાય, વધારે ગાયો રખાય, ગ્રંથો ખરીદાય, કોઈ વાર કોઈની માંદગીમાં પણ કામ લાગે, પણ ગુરુજી સમજતા નહોતા અને એમની સામે થવાની કોઈનામાં હિંમત નહોતી એટલે આશ્રમ એમનો એમ જ ચાલ્યા કરતો, હા, કોઈ દિવસ કશી ભીડ નહોતી પડી, પણ એ તો ગુરુદેવના પ્રતાપે. એમનો દેહ નહીં હોય ત્યારે કોણ આવશે ને ભેટ મૂકી જશે ?

પરંતુ આ ચિંતા જેમના મનમાં થતી તેઓ મનમાં જ રાખતા. ઈશાનને આ વાતની ખબર તો હતી, પણ એનું એ તરફ મન જતું નહીં. સાચું પૂછો તો ગુરુજી નહીં હોય એવું એ વિચારી શકતો જ નહીં. બહુ ભાવુક હતો. ૐકારગિરિ ઘણી વાર એને અળગો કરવાના પ્રયત્ન કરતા, પણ ગુરુઆજ્ઞા શિરસાવંદ્ય કરીને પણ એ મનથી હંમેશાં એમની સમીપ જ રહેતો. ગુરુ ક્યારેક કહેતા, 'શાસ્તર પઢતે હો કિ તોતેકી તરહ રટતે રહતે હો ? સમઝતે નહીં – યે ખાક કા પૂતરા હૈ – ઈસ પર અનુરાગ નહીં રખતે !'

'જી ગુરદેવ !' ઈશાનની આંખો છલકાઈ જતી.

'દેખ બેટા ! યે મોહ હૈ. છોડ દે ઈસે, ગંગાજીમેં ડાલ દે. તેરા ગુરુ યહાં બૈઠા હૈ.' કહી ઈશાનની છાતીને સ્પર્શ કરતા. 'યે કભી તેરા ત્યાગ નહીં કરેગા. તૂ ઈસકા ત્યાગ મત કરના. ભીતર દેખો. હંમેશાં ભીતર દેખો બેટે ! બાહર મત દેખના. સમઝ ગયે ?'

પંદર વરસનો સતત સહવાસ ! નિર્મળ સત્સંગ અને ઉપદેશની અમીવર્ષા.... જેવી ઈશાન પર, તેવી જ અન્ય તમામ શિષ્યો પર. છતાં બીજાઓને ક્યારેક ઈશાનની ઈર્ષ્યા થતી. કોઈને થતું, મોક્ષનો મહામંત્ર ગુરુ એને એકલાને આપી જશે. ગુરુ એને જ ઉત્તરાધિકારી બનાવશે એવું તો ઘણાબધાને લાગતું. કેટલીક વાર નવા શિષ્યોની સોંપણી ઈશાનને કરતા. કહેતા, 'ઈસકો અપને જૈસા બનાઓ. તૈયાર હો જાયે ફિર હમારી પાસ લાના. ગુરુમંત્ર દેંગે....દેખો ભાઈ, ઈશાનબાબા કી આજ્ઞા મેં રહના. ઈસ મેં હી કલ્યાણ હૈ.'

ઈશાનને મન આ કામ પણ ગંગાજળ ભરી લાવવા જેવું જ હતું. ગુરુની આજ્ઞા હતી એટલું જ એનું મહત્ત્વ. પ્રેમથી ભણાવવું, ભૂલો તરફ મીઠાશથી ધ્યાન ખેંચવું, સંયમ અંગે ટકોર કરતા રહેવું. એ બધું અનાયાસે થયા કરતું. પોતાના કામમાં વિક્ષેપ પડતો નહીં. કોઈ ઉત્સાહી ચેલો કશીક સેવા કરવા જાય તો 'રામ રામ !' કરી

પોતાનો કાન પકડતો. 'ગુરુ તો વહાં બૈઠે હૈં... જો કુછ કરના ચાહતે હો વહાં જા કે કરો !'

પ્રતાપગિરિ બહારથી કંઈ બોલતો નહીં, પણ એને આ બધું ગમતું નહીં. એ પોતાનું જૂથ જમાવવાનો પ્રયત્ન કરતો, પણ ગુરુજીની નજરે ન ચડાય એની કાળજી પણ રાખતો. ઉત્તરાધિકારી થવાની એને પ્રબળ ઇચ્છા હતી, પણ ઈશાન સાથે વાંધો પાડવાની એક પણ તક એને હજી મળી નહોતી. પાણી સાથે કેવી રીતે લડાય ? એની પાસે પણ થોડા ચેલા હતા, જે ઈશાનના શિષ્યો સાથે ચડભડ કરવાનો લાગ શોધતા રહેતા.

આખરે એ દિવસ આવ્યો. ગુરુજી તદ્દન સાજાસારા હતા. સાંજની પ્રાર્થના પછી બધાને બેસાડીને કહ્યું, 'દેખો, ઘર છોડ કે આયે હો... પહુંચ જાના ! ચાહે આશ્રમ મેં રહો, ચાહે કહીં ભી રહો...ચલતે રહના. પહુંચ હી જાના, સમજ ગયે કિ નહીં ? કભી કોઈ તકલીફ હુઈ તો ઈશાનબાબા કો પૂછ લેના. વહ સહી બાત બતાયેગા !'

થોડી વાર સન્નાટો છવાઈ ગયો. પછી ખડખડાટ હસીને ગુરુજીએ કહ્યું, 'અરે ભંડારી ! આજ દૂધમેં શક્કર ડાલ કે પિલાના સબ કો !'

પછી કશી ચર્ચા થઈ નહીં. રાતે ઈશાનને પાસે બેસાડીને ૐકારગિરિએ કહ્યું, 'ઠીક સાડે તીન બજે હમ જાયેંગે. દેખ, રોના ધોના નહીં. પાસ બૈઠના, પ્રણવધ્વનિ સુનાના. સુનાયેગા ના ?'

ગુરુઆજ્ઞા હતી. જીવનભર પાળી હતી. છેલ્લી ઘડીએ ન પાળવાનો પ્રશ્ન જ નહોતો.

સૂકી આંખે ૐકારના ગંભીર એકધારા ઘોષ સાથે ઈશાને ગુરુજીને વિદાય આપી. સમાધિની ક્રિયા પતી ગયા પછી પ્રતાપગિરિના શિષ્યો અને ઈશાનના શિષ્યો વચ્ચે ચર્ચા શરૂ થઈ.

મારે કંઈ જોઈતું નથી. પ્રતાપગિરિ ભલે આશ્રમના વડા થાય. ઈશાનના મનનો એ ભાવ એણે વિવેકગિરિ અને બીજા સાધુઓને કહ્યો અને પ્રતાપગિરિ ગાદીએ બેઠો, પણ ઈશાનની હાજરી એને ખૂંચતી હતી...

'જબ તક આપ રહેંગે, હમારી તો કોઈ બાત હી નહીં બનેગી.'

'ઠીક હૈ, ચલા જાઉંગા !'

'આપ કો સબ પહચાનતે હૈં. હમારી બડી બદનામી હોગીં.'

'તો ફિર ?'

'અગર ચોલા છોડ દેં...'

'ઠીક હૈ.'

ભગવાં ઉતારવાનો ઈશાનને કોઈ વાંધો નહોતો. ગુરુ તો માંહ્ય બેઠા જ હતા. આશ્રમનું જરાયે અહિત ન થવું જોઈએ. પ્રતાપગિરિને ચિંતા ન રહેવી જોઈએ. અદેખાઈ તો સંસારીનેયે ન શોભે તો સાધુના જીવનમાં તો એનું સ્થાન જ ક્યાં ? સાચી વાત છે, ઈશાન પાસે હોય તો પ્રતાપગિરિ સ્વસ્થ ન રહી શકે. સાધુ બનીને બીજા આશ્રમોમાં જાય તે પણ ખોટું – એનો મહિમા વધતો જાય, પ્રતાપગિરિને નડે. ઈશાને નક્કી કરી દીધું, પોતે જશે. ભગવાં છોડીને જશે. વિવેકગિરિ, સોમગિરિ અને બીજા કેટલાયે દુઃખી થયા, પણ ઈશાને નિર્ણય કરી લીધો હતો.

'આશુતોષભાઈ, આમાં એવી વાત છે ને...'

૩

'અરરર ઈશાન ! આ બધું પહેલેથી કહ્યું હોત તો ?'

'તો શું થાત ?'

'ખોટા પૈસા ના બગાડત ને ! હશે, હવે થઈ ગયું તે થઈ ગયું. ચાલો સૂઈ જઈએ, મોડું થયું છે.'

'હા.' કહી ઈશાન ઊઠ્યો અને શાંત ભાવે જમીન પર પોતાની ચાદર પાથરવા લાગ્યો. જરાક વધારે કચવાટથી એની સામે જોઈને આશુતોષે પૂછ્યું, 'તે તું આમ ભોંયે સૂઈ જાય છે ?'

'ફાવે છે.'

'હં....પણ એક વાત કહું હું, ઈશાન ! આ તેં બહુ ભૂલ કરી ! એમ કંઈ કોઈ કહે કે જતા રહો એટલે જતા રહેવાતું હશે ? તારી જગ્યાએ હું હોત ને, તો એ પ્રતાપગિરિને બરાબર સીધો કરત, પણ તું–પહેલેથી છે જ એવો !'

ઈશાન કંઈ બોલ્યો નહીં, પણ એના ચહેરા પર સહેજ સ્મિતનો ઉજાસ પથરાયો. જાણે એ મોટા ભાઈની વાતનો સ્વીકાર કરે છે. આશુતોષને ચીડ ચડી. ઈશાન કંઈ સમજતો જ નથી. અર્ણવનો પેલો માણસ ક્યાંનો ક્યાંય ફરી આવશે, કોને ખબર કેટલું મોટું બિલ બનાવશે – બધી નકામી માથાકૂટ થઈ ને !

'ચાલ, ગૂડનાઈટ !'

'ગૂડ નાઈટ !'

આશુતોષના જવાથી ઈશાનનું મોં અનાયાસે વધારે મલકી ઊઠ્યું. પ્રતાપગિરિની સામે આશુતોષભાઈ ! બાપ રે ! કેવી કમાલ થાય ? પણ એ કલ્પનાચિત્રો જાગ્યાં તેવાં જ ભૂંસાઈ ગયાં. યાદ રહ્યો તે ગંગાનો અવિરત મંજુલ રવ અને ગુરુ ૐકારગિરિનો વત્સલ ચહેરો... જાણે એ જ અવાજ સંભળાય છે, 'ભીતર દેખો બેટા !'

જાગૃતિ અને નિદ્રા વચ્ચેની એ એક જ ક્ષણ ગુરુની સ્મૃતિથી સુવર્ણમય બની ગઈ. ઈશાન જાગ્યો ત્યારે એટલો પ્રફુલ્લિત હતો.... જાણે સાધનામાં અને સહવાસમાં ક્યાંયે વિક્ષેપ પડ્યો જ નથી ! પરંતુ નિત્યક્રમ પત્યા પછી સીતારામના આદેશને

માન આપીને એ બહારના ઓરડામાં જવા લાગ્યો ત્યારે વિચાર આવ્યો, પોતે પહેલેથી વાત કરી હોત તો આશુતોષભાઈના પૈસા ખોટી રીતે ન બગડત એ કેવી રીતે ? પહેલાં તો એમ થયું કે આશુતોષભાઈ છાપું વાંચી લે પછી પૂછી જ જોવું – પણ તેથી કંઈ થયું ન થયું થવાનું નહોતું. પોતે કશીક ભૂલ કરી હતી – ભલે અજાણતાં, અને એને લીધે ભાઈને નુકસાન થયું હતું. સહેજ દિલગીર થઈને એણે આશુતોષને કહ્યું, 'મને ખ્યાલ નહીં કે બધું તરત કહી દેવું જોઈએ.'

'ઇટ્સ ઑલ રાઈટ !' કહી આશુતોષે બજારભાવ ફરી વાંચવા માંડ્યા, પણ મનમાંથી વ્યગ્રતા ગઈ નહીં. નીચું મોં કરીને દૂધ પીતા ઈશાન સામે અવારનવાર નજર જવા લાગી. આખરે બોલાઈ ગયું, 'ખરું જોતાં તારે આશ્રમ છોડવાનો જ નહોતો. હવે પેલાને તો લહેર થઈ ગઈ ને !'

'હા. જોકે જવાબદારી પણ ખરી.'

'સમજ્યા હવે !'

વાતચીત વધારે ચાલી નહીં. સમય થતાં આશુતોષ પોતાના કામમાં પોરવાઈ ગયો, ઈશાન પોતાના ઓરડામાં જઈ અનુવાદ કરવાનો પ્રયત્ન કરવા લાગ્યો, પણ મનમાં કશીક ખટક હતી. અહીં આવીને પોતે ભૂલ કરી છે. ભાઈને માથે બોજો વધાર્યો છે. હવે જેમ બને એમ જલદી કંઈક ગોઠવી લેવું જોઈએ. થોડીક રહેવાની જગ્યા, થોડુંક ખાવાપીવાનું સાધન, અને – બસ, બીજું તો શું જોઈએ ? પુસ્તકો તો પાસે હતાં. બેત્રણ જોડ કપડાં પણ હતાં. આમ જોવા જાઓ તો મુંબઈ પણ છોડી શકાય... બીજું કંઈક ગોઠવાય તો.

આશ્રમમાં જાતજાતના ભક્તો આવતા; કેટલાંયે શહેર, કેટલાંયે ગામ એમની વાતોમાં સજીવન થઈ ઊઠતાં. ક્યારેક પરદેશના રહેવાસીઓ પણ આવતા, જતી વખતે ગદ્ગદ કંઠે કહેતા, 'બાબા ! ક્યારેક સેવાનો લાભ આપજો. અમારે ત્યાંનું મંદિર પણ જોવા જેવું છે, તમને ગમશે.'

પણ હવે તો પોતે સંન્યાસી નહોતો. કોઈનું આમંત્રણ સ્વીકારવાનો એને હક નહોતો. હવે તો જે કંઈ થાય તે આ વર્તમાનની ક્ષણને આધારે જ. એના બન્ને ભૂતકાળ સંપૂર્ણપણે ભુલાઈ જવા જોઈએ. આ જે દેહ છે, આ જે મન છે એ જ એની મૂડી છે. એનાથી જ જે કંઈ થાય તે કરવાનું. લખતાં લખતાં ઊઠી જઈને એ બારી પાસે ઊભો રહ્યો. હાશ ! આકાશ તો એનું એ છે. ચિરસંગાથી, નિત્ય નૂતન તોયે પુરાતન ! આકાશ સામે જોઈ રહેવાથી બહુ સારું લાગ્યું....દૃષ્ટિનું આલિંગન તેને એક સુખની, પોતાપણાની, સાતત્યની ભાવના જગાડવા લાગ્યું. ઈશાન પાછો ટટાર થઈ ગયો. કાગળિયાં સંકેલી લઈને સીધો આશુતોષ પાસે જઈને

કહેવા લાગ્યો, 'તમારી પાસે એકાદ જૂનું ટાઈપરાઈટર હોય તો લેતા આવજો ને !'

આશુતોષ નવાઈ પામ્યો. ઈશાનના અવાજમાં આત્મવિશ્વાસનો રણકો હતો. તે જરા વાર તો એના મોં સામે જોઈ રહ્યો. પછી બોલ્યો, 'તારે કંઈ ટાઈપ કરાવવું હોય તો આપજે ને ! ઑફિસમાં પાંચ ટાઈપિસ્ટ છે. અડધો વખત તો નવરા જ બેસી રહે છે.'

'ના, ના ! મારે પ્રેક્ટિસ કરવી છે.'

'ઓહો !'

'આવડતું હોય તો કામ લાગે. એટલે – આમ આવડે તો છે, પણ સ્પીડ નથી.'

'તે તું ટાઈપિસ્ટનું કામ કરીશ ?'

'મળશે તો કરીશ.'

'પણ એ તો – ઠીક હવે ! એ કંઈ કેરીઅર ન કહેવાય.'

'આશુભાઈ ! બેકાર સે બેગાર ભલી !'

'ઓ. કે. પ્લીઝ યોર સેલ્ફ ! તને ટાઈપરાઈટર મળી જશે.'

રીમાનો પરસેવો અને પરફ્યૂમ એકબીજામાં એવાં ભળી જતાં હતાં કે એની એક લાક્ષણિક સુવાસ આવતી હતી. જે ઓરડામાંથી રીમા પસાર થઈ હોય તેમાં પાંચેક મિનિટ લગી તો એ સુવાસ આવે જ આવે. આશુતોષને ઘણી વાર વિચાર આવતો, આ જ પરફ્યૂમ બીજું કોઈ વાપરે તો કેમ આવી વાસ નથી આવતી ? ઈશાન સાથેની વાત પત્યા પછી જેવો એ પાછો વળ્યો કે એના નાકને એ સુવાસ અથડાઈ. રીમાની નજરમાં અત્યારે જરાયે કંટાળો નહોતો. ગુસ્સો અને નારાજી એકસાથે ભળી ગયાં હતાં, એની પેલી સુગંધની જેમ.

'મેં સાંભળ્યું.'

'સારું થયું.'

'જોજો, ટાઈપરાઈટર લાવતા !'

'કેમ ?'

'પછી તો અહીં જ ધામા નાખશે.'

'જોઈશું.'

'પછી શું જોવાના હતા ?'

'નવરો બેસી રહે એના કરતાં છો ને ટાઈપ કરતો. હાથ બેસી જાય તો પછી કમ્પ્યૂટરના કલાસમાં પણ મોકલાય. આજકાલ એની બહુ ડિમાન્ડ છે.'

'ઓહો, તો તો લોન્ગ ટર્મ પ્લાનિંગ છે, એમ ને ?'

'રીમા ! એનું કંઈક તો કરવું પડશે ને ?'

'વ્હાય નૉટ ? ભાઈ છે ને તમારો ! કમ્પ્યૂટરના ક્લાસની ફી ભરો, નોકરી શોધી કાઢો ને એકાદ ફ્લૅટ પણ લઈ નાખો. ભેગાભેગી છોકરીયે જોવા માંડજો !'

'રીમા !'

'હું તો ચોખ્ખું કહી દઉં. મારે એ બધી માથાફોડ નહીં જોઈએ. શાલુને કહેજો. એને મેચમેકિંગની હૉબી છે. તમે કહેશો તો કરશેયે ખરી.'

આ વખતે આશુતોષ કંઈ બોલ્યો નહીં. માત્ર મોં ફેરવીને જતો રહ્યો. ખરું જોતાં એને રીમાની વાત સમજાતી હતી – સમજાતી હતી, પણ ગમતી નહોતી. અર્ણવ પણ ભાઈ છે એની ના નહીં, પણ એ અને શાલ્મલી પોતાની જવાબદારી લેવા તૈયાર જ ન હોય તો શું આશુતોષે ઈશાનને કાઢી મૂકવો ? એ કેમ બને ? એને ઠેકાણે પાડવામાં થોડી મદદ કરી તો શું બગડી જવાનું હતું ? માગી માગીને એણે શું માગ્યું હતું ? એક ઠાઠિયું ટાઈપરાઈટર ! તેય પાછું રહેવાનું તો અહીંયાં, પોતાના ઘરમાં. એણે નક્કી કરી નાખ્યું કે રીમા ગમે તેટલો ગુસ્સો કરે, ટાઈપરાઈટર તો લાવવું જ. એક નિર્ણય લઈ શકાયો એથી એને થોડી ખુશી ઊપજી અને એણે વિચાર્યું કે રીમાને પણ મનાવી લેવી જોઈએ. આખરે ઘરમાં પોતાને આરામ મળે એવુંયે જોવું પડે ને !

રીમાને બરડે હાથ ફેરવતાં એણે કહ્યું, 'તું સમજતી નથી. આમ કરતાં કરતાં એને લાઇને ચડાવી દઈએ તો જ આપણો છુટકારો થાય ને ?'

'ને અર્ણવભાઈ ફરતા ફરે ?'

'તું જોજે તો ખરી, બધો ખરચો એની પાસેથી કઢાવીશ.'

'શું લાગે છે ? કેટલાક દિવસ થશે ?'

'જોઈએ હવે. જેમ બને એમ જલદી એનું કંઈક ગોઠવી કાઢીશું.'

'સારું તો !'

કામચલાઉ સંધિ થઈ ગઈ. આશુતોષ પોતાની આવડત પર મલકાતો ઑફિસ ગયો અને રીમાને લાગ્યું કે હવે બહાર જવામાં બહુ જોખમ નથી એટલે પોતાના પડતા મુકાયેલા કાર્યક્રમ પાછા ગોઠવવામાં પડી.

ઈશાનને સ્વાધ્યાય અને જપની વચ્ચે વચ્ચે અજંપાની એક લહેર અથડાવા લાગી. આજ લગીનું તેનું જીવન ખૂબ સુરક્ષિત રહ્યું છે. પહેલાં પરિવારની વાડ હતી, પછી આશ્રમની. આજે તે માળો અને પિંજર બન્ને ખોઈ બેઠેલા પક્ષી જેવો છે. અફાટ ગગન સામે બે નાની દુર્બળ પાંખો – બસ, આટલું જ તેનું જોર છે. ક્યાં જવાશે, શું થશે, કંઈ જ તે જાણતો નથી... ઠીક, જાણવાની જરૂર પણ શી છે ?

નદીના પ્રવાહમાં તણાતું જતું લાકડું પણ ક્યાં જાણે છે કે પોતે ક્યાં જાય છે ? પરંતુ એ વાત થઈ બહારના જીવનની. તેનું કશું મહત્ત્વ નથી. અંદર જ્યાં લગી બધું ક્ષેમકુશળ છે ત્યાં લગી ઈશાને શા માટે પરવા કરવી જોઈએ કે આવતી કાલની સવારે પોતાની આંખો ક્યાં ઊઘડશે અને સાંજે ક્યાં મીંચાશે ? પોતાની જાતને સંપૂર્ણપણે સોંપી દેવાની જે નિશદિન પોતાની સાથે છે તેને. પછી જે કંઈ થશે તે બધું ઠીક જ થશે. ગુરુએ જે દીપ પ્રગટાવ્યો છે તેની નિરંતર રક્ષા કરવી એથી વિશેષ કોઈ પુરુષાર્થની એને જરૂર નથી, જરાયે જરૂર નથી.

ખૂબ હળવે હૈયે એ અનુવાદ કરવા બેઠો. આટલી મઝા તો ક્યારેય આવી નહોતી. બસ, એક પછી એક શબ્દો પોતાની મેળે જ પ્રગટતા જાય છે. જાણે પોતે અનુવાદ નથી કરતો, જાતે જ લખે છે. ઘણા કલાકો પછી પગ અકડાઈ ગયા ત્યારે દેહભાન પાછું આવ્યું. ત્યારે જ સમજ પડી કે ભૂખ લાગી છે. બાજુમાં ઢાંકેલી થાળી પડી હતી. સીતારામ મૂકી ગયો હશે. હાથમોં ધોઈ એકલો હતો એટલે નિરાંતે બ્રહ્માર્પણ કરી જમવા લાગ્યો. આશુતોષભાઈના ટેબલ પર મોટેથી મંત્ર બોલી શકાતો નહોતો. કોઈ ના ન પાડત, પણ બધાંને જરા વિચિત્ર લાગે. મનમાં બોલી લેવાનું, બીજું શું ? પણ આ ઉચ્ચારનોયે એક આનંદ છે. એના ગુંજારવથી એક હવા બંધાય છે. મન સમાહિત થઈ જાય છે. ખાવાની ક્રિયા યજ્ઞમય બની જાય છે. ઓ, પણ આ જમાનામાં એ બધું ન ચાલે. આ શહેરમાં એ બધું ન ચાલે.

શા માટે આવ્યો એ આ શહેરમાં ? આશ્રમ છોડતી વખતે મનમાં કશો સ્પષ્ટ ખ્યાલ હતો જ નહીં. અનાયાસે જ એનાં પગલાં આ તરફ વળ્યાં હતાં.... કદાચ મા યાદ આવી હતી. એ જાણતો હતો કે મા હવે નથી. એણે દેહ છોડ્યા પછી જ ઈશાનને લાગ્યું હતું કે સંસાર સાથેનું છેલ્લું બંધન તૂટી ગયું. હવે એ ગમે ત્યાં જઈ શકે. ગમે તે કરી શકે. એને રોકનાર કે એને માટે રડનાર કોઈ હવે રહ્યું નથી, પણ આટલા સુદીર્ઘ આશ્રમવાસ પછી પણ જો એ અહીં જ પાછો આવ્યો તો એનો અર્થ એ જ થાય કે મમતાનો કોઈ અદીઠ તાર હજી એને વળગેલો રહ્યો છે. માની સ્મૃતિ જગાડવામાં એને આસાયેશ મળે છે.

અચાનક એને ખ્યાલ આવ્યો કે આ આખા ઘરમાં માની છબી તો છે જ નહીં ! પછી જ સમજ પડી કે ખરેખર તો એને એ છબી જોવાની તીવ્ર ઇચ્છા હતી. મૂંગી બેઠેલી ધૂપસળી જેવી એ ઇચ્છાએ જ એની બુદ્ધિને ભુલાવામાં નાખી હતી. અને એનાં ચરણને અહીં ખેંચી આણ્યાં હતાં. ઈશાન હેરત પામી ગયો. કેવા અજબ ખેલ છે આ મનના ! ગુરુ સાચું જ કહેતા હતા, 'યે બંદર કબ ડૂબો દેગા કુછ પતા ચલનેવાલા નહીં. સાવધાન રહેના બેટા. ખેલ દેખતે રહના !'

પોતાને જરાયે સમજ પડી નહોતી કે ગુરુજીનો પાર્થિવ દેહ ગયાથી મનને એક મોટો આઘાત લાગ્યો છે. ...ધરતીકંપ થયાથી એક મોટી ખાઈ પડી ગઈ છે. તેથી જ આ જૂનો આશરો શોધતો પોતે અહીં આવી પહોંચ્યો છે... લાગણીઓ કેવી લપાઈછુપાઈને હજી અંતરમાં ભરાઈ બેઠી છે ! કેવા ખેલ કરાવે છે ! પણ ઈશાનને ખબર પડી ગઈ છે. હવે એ નહીં ભરમાય.

ખૂબ સ્થિર બુદ્ધિથી પાછો અનુવાદ કરવા બેસી ગયો. આ વખતે એ કર્તૃત્વપણાના ભાનથી મુક્ત નથી થઈ શક્યો. કામ સારું થાય છે, પણ પેલી લહેર નથી આવતી. સંધ્યા કરવા ઊઠ્યો ત્યારે જાણે થાક લાગ્યો હતો. ચિરપરિચિત મંત્રોના રટણથી એણે નવેસરથી પોતાની જાતને ઇષ્ટનાં ચરણોમાં સમર્પિત કરી. ગુરુદેવને વારંવાર યાદ કરી ફક્ત એટલું જ કહ્યું, હજી તમારા ખોળામાં જ છું. તમે જાળવજો.

મોડી સાંજે ઘરની દીવાલો ધ્રૂજી ઊઠે એવું ઘોંઘાટભર્યું પાશ્ચાત્ય સંગીત રેલાવા માંડ્યું. શબ્દો એકબીજાની પાછળ ગોથાં મારતા વેગથી ઘસડાતા આવતા હતા, જાણે નદીમાં પૂર આવ્યું ! એ ડહોળાં, ઘૂમરી ખાતાં, જે કંઈ અડફેટમાં આવે તે બધું ઘસડી જતાં ગાંડાંતૂર પાણીની પણ એક મોહિની હોય છે. તમે નજર ન ખસેડી શકો. તેવું જ આ સંગીતનું હતું. પગ થાપ મારવા માંડે, આખું શરીર ડોલવા માંડે, વગર સુરાપાને એક નશો ચડી જાય માણસને !

ઈશાન નવાઈ પામીને આ સાંભળી રહ્યો. શું હતું આ ? અને અવાજ શા માટે આટલો મોટો હતો ? બારણું બંધ હતું તોયે અહીં આ દશા હતી તો બહાર શું થતું હશે ?

ઓચિંતું એનું બારણું ખૂલ્યું. હસું હસું થતો કરણનો ચહેરો અંદર ડોકાયો. એણે ઘાંટો પાડીને પૂછ્યું, 'સાધુ અંકલ ! મારા ફ્રેન્ડ્ઝ આવ્યા છે. તમારે એમને મળવું છે ?'

ઈશાન હા કે ના પાડે તે પહેલાં 'ઓ ગૉડ !' કરતો કરણ દોડ્યો. રીમા આવી ગઈ હતી અને એને માબાપની ગેરહાજરીમાં કરણે ગોઠવેલો આ જલસો જરા પણ પસંદ નહોતો પડ્યો. હજી તો કરણ એને કંઈ સમજાવે એ પહેલાં એની કડક મુખમુદ્રાથી ગભરાઈને છોકરાઓ આઘાપાછા થવા માંડ્યા. કોઈએ ઉતાવળે સ્ટિરિયો બંધ કરી દીધો. અને ઘવાયેલી શાંતિ પડખાં દાબતી જેમ તેમ કરતાં પાછી ઊભી થઈ. એ શાંતિમાં રીમાનો અવાજ હતો એ કરતાં વધારે કર્કશ લાગવા માંડ્યો અને થોડી વારે છોકરાઓ ગયા એટલે બંધ થઈ ગયો.

બધું કામ પરવારીને સીતારામ ઈશાનને માટે દૂધ લઈ આવ્યો. અને જતાં જતાં પૂછવા લાગ્યો, 'શેઠની ટાઇપરાઇટર આણલા આહે... આતા પાહિજે કા

તુમાલા ?'

'ચાલ ને હું જ મળી લઉં ભાઈ ને !'

'નાહી, શેઠ દમલે આતા. ઝોપૂન જાણાર. તુમાલા પાહિજે તર મી ટાઇપરાઇટર ઘેઉન યેતો.'

'ભલે.'

ટાઇપરાઇટર આવ્યાનો આનંદ થોડો ઝાંખો પડી ગયો. જોકે થાય એવું. આ તો મુંબઈની જિંદગી છે. માણસ થાકે પણ ખરું. અને શા માટે આશુતોષભાઈએ રોજ સાંજે પોતાને મળવું જોઈએ ને વાતો કરવી જોઈએ ? બરાબર છે, વહેલા સૂઈ જાય તે જ બરાબર છે.

સીતારામ ટાઇપરાઇટર લઈ આવ્યો. ટેબલ પર મૂક્યું. ઈશાન રસપૂર્વક એને ખોલીને જોવા લાગ્યો. આશુતોષભાઈ ઘણા સારા કહેવાય. મશીન લગભગ નવા જેવું જ હતું. આમાં કાગળ કેવી રીતે નખાતા હતા ? ધીરે ધીરે બધું યાદ આવવા માંડ્યું ને થોડા વખતમાં તો ઈશાનની આંગળીઓ ટાઇપરાઇટર પર ફરવા લાગી. એને નાના બાળક જેવો આનંદ થતો હતો. જે ટાઇપ પર આંગળી દબાય એ જ અક્ષર ત્યાં સામે કાગળ પર છપાય એ એને બહુ રોમાંચક લાગતું હતું.

આશુતોષ સાચે જ થાકી ગયો હતો. છતાં ટેલિફોનની ઘંટડીનો પ્રભાવ એવો છે કે માણસ એના હુકમને તાબે થાય જ.

'હલો !'

'આશુભાઈ ! અર્ણવ બોલું છું.'

'હા. કેમ છે ?'

'ઓ. કે. પણ આજે પેલા પંડ્યાનો ફોન આવ્યો હતો.'

'કોણ પંડ્યા ?'

'કેમ, આપણે નહોતો મોકલ્યો ? મેં કહ્યું હતું ને બહુ સ્માર્ટ માણસ છે, બધી તપાસ કરી લાવશે ?'

'હા.'

'એણે આજે ફોન કર્યો હતો.'

'અહીં આવતાં શું થયું ?'

'અરે તમે સાંભળો તો ખરા ! આ આપણા ભાઈસાહેબ કંઈ સીધા નથી. પંડ્યો તો છેક એના હેડને મળી આવ્યો. કોઈ પ્રતાપગિરિ મહારાજ છે. એમણે કંઈ સારો રિપોર્ટ નથી આપ્યો. કહે છે કે આમ તો કાઢી મૂક્યા જેવું જ છે.'

'વૉટ નૉન્સન્સ ! મને ઈશાને બધું કહ્યું છે ને ! એ મૂરખો એની મેળે ચાલી

આવ્યો છે.'

'હું નથી માનતો.'

'કેમ ? તારો પંડ્યો કંઈ સ્કેન્ડલ શોધી લાવ્યો છે ?'

'અં...સ્કેન્ડલ જેવું તો નહીં, પણ કહે છે કે કંઈ પ્રોપર્ટી મિસિંગ છે...બુક્સ, મેઈનલી તો. મને લાગે છે કે આપણે ઈશાનને એક વખત ત્યાં લઈ જઈને મોઢામોઢ બધું ક્લીઅર કરી લેવું જોઈએ. પાછળથી આપણને કશી ઉપાધિ ન થાય... તમને શું લાગે છે ?'

'મને લાગે છે કે આપણે સૂઈ જવું જોઈએ. ગૂડ નાઈટ !'

'પણ આશુભાઈ...!'

'કાલે વાત !' કહી આશુતોષે ફોન મૂકી દીધો.

'કોણ હતું ?' રીમાએ પૂછ્યું. એ સારી પેઠે જાણતી જ હોવી જોઈએ કે કોણ હતું અને શી વાત થતી હતી. છતાંયે એણે પૂછ્યું. આ પ્રશ્ન એ ખરું જોતાં તો એક બહાનું જ હતું ઈશાન વિશે વાત કરવાનું. અને આશુતોષને અત્યારે એ વાત નહોતી કરવી. રીમા સાથે તો નહીં જ. એ સાચે જ ખૂબ થાકી ગયો હતો. અને એને ઈશાન પર ચીડ ચડી હતી. મોટા શહીદ થવા નીકળ્યા ! પ્રતાપગિરિને ઑબ્લાઈજ કર્યો ત્યારે એણે આ જશને બદલે જૂતિયાં માર્યાં ને ! હજુ તો કંઈ કંઈ તાલ થશે... શી ખબર બિચારો ટાઈપિસ્ટ થઈનેય દહાડા કાઢશે કે નહીં.

'કેમ બોલ્યા નહીં ! અર્ણવભાઈ હતા ને ?'

'હં.' કહી આશુતોષ પથારીમાં પડ્યો. ભીંત તરફ પાસું ફેરવીને ધીમેથી બોલ્યો, 'તું સૂઈ જા, સવારે વાત કરીશું.'

રીમાને કેટલું કહેવું, કેવી રીતે ગોઠવીને કહેવું એના વિચારો કરતો કરતો એ અસ્વસ્થ અને વિચિત્ર સ્વપ્નોભરી ઊંઘમાં સરી પડ્યો, પણ એ ઊંઘ રાતમાં એટલી બધી વાર ઊડી ગઈ અને પાછી આવી કે સવારે ઘરમાં જે ધમાલ મચી તે પણ એને પહેલાં તો સ્વપ્નનો જ એક ભાગ લાગી. પણ અવાજો વધારે પડતા મોટા અને એકધારા હતા. માંડ માંડ આંખો ખોલીને એ બેઠો થયો. કાળા અને કેસરી રંગના મોટા મોટા ચોકડાવાળા રેશમી નાઇટગાઉનમાં રીમા જ હતી અને ક્રોધના આવેશમાં એ હાંફતી હતી.

'શું છે ? શું થયું ?'

'હું જાઉં છું.'

'અરે ! ક્યાં ? કંઈ વાત તો કર !'

'કરીને શો ફાયદો ? તમે તો કંઈ કરવાના નથી. જે તે ડીસીશન હવે મારે

જ લેવું પડશે અને આઈ હેવ ડિસાઈડેડ – આજે જ છોકરાંઓને લઈને હું ભાઈને ત્યાં જાઉં છું.'

'પણ કેમ ?'

'પૂછો કરણને ને તમારા ભાઈને !'

'રીમા ! ડોન્ટ ગેટ એક્સાઈટેડ... શાંત થઈ જા.'

'તમે તમારે શાંતિથી સૂઈ રહો. હું મારે જે કરવું હશે તે કરીશ.' કહી રીમાએ કબાટ ખોલ્યું અને આશુતોષ ભણી પીઠ ફેરવીને અંદરથી કપડાં કાઢવા લાગી.

'ઓ ગૉડ !' કહીને આશુતોષ ઊઠ્યો અને રીમા પાસે જવા લાગ્યો ત્યાં બારણે ટકોરા પડ્યા.

કરણ હતો. આવીને ઊભો તો ખરો, પણ શું બોલવું તે એને સમજાતું નહોતું. ઘડીમાં રીમાની પીઠ સામે તો ઘડીમાં આશુતોષના ચહેરા સામે જોઈને એ વળી પાછો નજર ફેરવી લેતો હતો.

'શું છે કરણ ?'

કરણ રીમા સામે જોતો જોતો ધીમેથી બોલ્યો. 'આઈ'મ સૉરી !'

રીમાએ જવાબ ન આપ્યો. એ કપડાં કાઢતી જ રહી. આશુતોષ નિષ્ક્રિયપણે પલંગ પર ઊંચો થઈ જતો કપડાંનો ઢગલો જોયા કરતો હતો. એને કશું બરાબર સમજાયું નહોતું, પણ રીમા કરતાં કરણ પાસેથી જ કંઈક જાણી શકાશે એમ લાગવાથી એણે કરણ પાસે જઈને પૂછ્યું, 'શું થયું છે ?'

'નથિંગ ! હું સાધુ અંકલ પાસે મેડિટેશન શીખતો હતો. મમી ગૉટ વાઈલ્ડ.'

રીમા કપડાં ફેંકીને રોષભરી પાસે આવીને ઊભી. તમાચો પડ્યો હોય એમ બે ડગલાં પાછળ હઠી જઈને કરણ બોલ્યો, 'આઈ વોન્ટ ડુ ઈટ અગેઈન – ઓ. કે. ?' અને પછી જવાબની રાહ જોયા વિના ચાલ્યો ગયો.

આશુતોષ રીમાને કંઈ કહેવા જતો હતો, પણ બીને અટકી ગયો. રીમાએ રડવા માંડ્યું હતું. રડતાં રડતાં જ એ બોલી, 'મારે છોકરાને બાવો નથી બનાવવો. હું એને લઈને જતી રહીશ. એને હૉસ્ટેલમાં મૂકી દઈશ... કંઈ પણ કરીશ.'

'ના ના, રીમા ! રડ નહીં. એમ કંઈ કરણ સાધુ થઈ જવાનો છે ? બેચાર દિવસમાં એની મેળે કંટાળી જશે.'

'આઇ કાન્ટ ટેઈક ધ રિસ્ક. જોતા નથી, છોકરો કેવો એની ઇન્ફ્લ્યુઅન્સમાં આવી ગયો છે ? હવે આ બન્નેને એક ઘરમાં રખાય જ નહીં.'

'હું એને આજે જ અર્ણવને ત્યાં મૂકી આવીશ, બસ ? ચાલ, છાની રહી જા.' કહી આશુતોષે રીમાના ગાલ લૂછ્યા. મનમાં એ ઈશાન સાથે વાત કરતો હતો,

'આ વળી શી નવી ઉપાધિ કરી, ઈશાન ? થોડા દિવસ અહીં રહીને ટાઇપિંગની પ્રેક્ટિસ કરી લીધી હોત તો ક્યાંક ગોઠવી દેત તને – પંડ્યા ઑર નો પંડ્યા ! પણ હવે તો તારે અર્ણવને ત્યાં જ જવું પડશે. બીજો કોઈ રસ્તો નથી... સૉરી !'

રીમા હજી ખુલ્લા કબાટ તરફ જોતી પલંગ પાસે જ ઊભી હતી. એનો હાથ પકડીને આશુતોષે કહ્યું, 'આ બધું પછી ગોઠવજે. ચાલ, ચા પી લઈએ.'

ટેબલ પર કશી ખાસ વાતચીત થઈ નહીં. દૂધ પીને ઈશાન ઊઠતો હતો ત્યારે આશુતોષ બોલ્યો, 'જલદી તૈયાર થઈ જજે. આજે આપણે અર્ણવને ત્યાં જઈશું.'

'વારુ !' કહી ઈશાન ચાલ્યો ગયો.

આશુતોષ ખૂબ દુઃખી થઈ ગયો. એણે કશો વિરોધ કર્યો હોત, છેવટે બેચાર પ્રશ્નો પણ પૂછ્યા હોત તોય સારું લાગત. આ તો તરત હા પાડી દીધી. પોતે પણ જાણે એક પ્રતાપગિરિ ન હોય ! પછી ગુસ્સો આવવા લાગ્યો. ઈશાન પર, કરણ પર, રીમા પર અને પોતાની જાત પર. એણે એવું ધ્યાન બ્યાન શીખવવાની શી જરૂર હતી ? ને કરણ પણ એવો ! વહેલું ઊઠી જવાયું હોય તો જૉગિંગ કરવા જવાનું કે હોમવર્ક કરવાનું.... ત્યાં ઈશાનના રૂમમાં ભરાવાની શી જરૂર હતી ? રીમા પણ જરા જરામાં અપસેટ થઈ જાય છે આજકાલ, બાકી તો સાળાને ક્યાં નથી ઓળખતો આશુતોષ ? એ વળી રીમાને સંઘરતો હશે ? ને આ બાઈસાહેબને પણ ત્યાં ફાવવાનું હતું ? નકામી બધી ધમાલ કરી મૂકી આ લોકોએ – નહીંતર થોડા દિવસમાં બધું શાંતિથી પતી જાત. મન કચવાઈ ગયું આશુતોષનું. ફોન બોન કંઈ કરવો નથી. જઈને ઊભા રહેવાનું. નહીંતર સત્તર બહાનાં કાઢશે અર્ણવ. ને શાલ્મલી પણ કંઈ ઓછી નથી !

સીતારામ મદદ કરવા આવ્યો, પણ ઈશાને હસીને એને પાછો વાળ્યો. આ ઓરડી સાથે થોડી આત્મીયતા બંધાવા માંડી હતી, સારું થયું જે થયું તે. ચાલો, આ બધી ચીજવસ્તુની, ટેબલખુરસીની ને પેલી બારીની વિદાય લઈ લઈએ. પોતાનો સામાન થોડોક જ હતો, જરા વારમાં બધું સંકેલાઈ ગયું, ગોઠવાઈ ગયું. હવે બેઠાં બેઠાં રાહ જોવાની આશુભાઈના તેડાની. પ્રાતઃસ્મરણ તો ક્યારનું પતી ગયું હતું, પણ મનને એક ટેવ પડી ગઈ હતી. જરાક સમય મળે કે જપ એની મેળે ચાલુ થઈ જતો. વિચારોનો પ્રવાહ શિથિલ થતાં થતાં આખરે શાંત થઈ જતો. એક એવા આનંદમાં મન ડૂબી જતું, જેને કોઈ ઘાટઘૂટ નહીં, કોઈ આદિ નહીં, કોઈ અંત નહીં.... તોયે એમાંથી પાછું ઊંચકાતુંયે ખરું, કોઈ લાગણી જાગતી, કોઈ વિચાર આવતો – પણ હવે ઈશાન ડરતો નહોતો. જાણતો હતો કે આ અવરોધ ક્ષણિક છે. આવે અને જાય, વાદળાંની માફક, તેમાં આકાશને શું ?

ઓશિયાળો ચહેરો લઈને કરણ આવ્યો. એને બહુ પસ્તાવો થતો હતો. રાતની ધમાચકડીને લીધે વહેલી સવારે એની તબિયત બગડી હતી. બેત્રણ ઊલટી થઈ અને માથામાં જોરજોરથી સણકા મારવા લાગ્યા. ઘરમાં આંટા મારતો હતો, પણ કોઈને જગાડવાની હિંમત ચાલતી નહોતી. સાધુ અંકલની ઓરડીમાં અજવાળું જોઈ ત્યાં ગયો અને સ્નેહપૂર્ણ આવકાર પામી ત્યાં જ બેસી ગયો. બધી વાત સાંભળીને એમણે પૂછ્યું, 'માથું બહુ દુખે છે ? લાવ, મટાડી દઉં.' પછી એમણે બતાવ્યું એમ પોતે બેઠો. સાધુ અંકલે માથા પર હાથ મૂક્યો અને લમણાની બે નસ દબાવી. માથું તો દુખતું મટી જ ગયું, પણ અંદરથી ખૂબ સારું લાગવા માંડ્યું. પોતે બસ, હાલ્યાચાલ્યા વગર એમ બેસી જ રહ્યો અને કોને ખબર, કેટલો ટાઈમ થઈ ગયો હશે તે મમ્મી શોધતી શોધતી આવી પહોંચી ને જોઈ ગઈ !

'સૉરી, સાધુ અંકલ !'

'શા માટે ?'

'મારે લીધે જ – અફકોર્સ મારે લીધે જ તમારે જવું પડશે ને ? આઈ હેઈટ માય મૉમ !'

ઈશાનનો ચહેરો ગંભીર થઈ ગયો. કરણને પાસે ખેંચી લઈને માથે હાથ ફેરવતાં એણે કહેવા માંડ્યું, 'કરણ ! ફરી ક્યારેય આવું બોલીશ નહીં.... યુ ડોન્ટ નો મધર્સ ! તને ખબર નથી એ લોકોને કેટલો પ્રેમ હોય છે પોતાના સંતાન પર..... એને કંઈ નુકસાન થતું જોઈ ન શકે, મરવા તૈયાર થઈ જાય !'

'પણ આમાં ક્યાં નુકસાન હતું ?'

'એમને એવું લાગ્યું.'

થોડી વાર વિચાર કરીને કરણે કહ્યું, 'તો તમે રહી જાઓ ને ? હું મમ્મીને કહું ?'

'ના. સાધુ તો ચલતા ભલા !'

ઈશાનને હસવું આવી ગયું. વાત સાચી હતી. હવે એ સાધુ નહોતો. હવે એ કશું જ નહોતો.....હળવું ફૂલ, હવામાં તરતું એક પીંછું ! કે એક સૂકું પાન..... જે ગમે ત્યાં ઊડી શકે, ગમે ત્યાં જઈને બેસી શકે. એણે કહ્યું, 'નથી, તોયે જઈશ !'

'કેમ ?'

'આશુભાઈ કહે છે ને, એટલે.'

'આઇ ડોન્ટ લાઈક ઇટ !'

શિષ્ટાચાર પ્રમાણે ઈશાને કહેવું જોઈતું હતું કે મને પણ નથી ગમતું, પરંતુ એ એવું કશું બોલ્યો નહીં. માત્ર કરણ સામે જોઈ રહ્યો. કરણે પૂછ્યું, 'પાછા

આવશો ?'

'કોને ખબર !'

એટલામાં સીતારામે આવીને કહ્યું, 'શેઠ બોલવતે.' ભલો માણસ હતો આ સીતારામ. એને કશુંક આપવું જોઈએ. થોડાક રૂપિયા હતા હજુ તો. એમાંથી એક નોટ કાઢીને ઈશાને સામે ધરી. સીતારામે આનાકાની કરીને એ લઈ લીધી. હવે કરણ બાકી રહ્યો. એને મિહિકાની ચ્યુઈંગ ગમ આપીને ઈશાને બરડે એક ટપલી મારી. કરણના મનનો ભાર થોડો ઓછો થયો. એકાએક ઈશાનને વળગી પડીને એ બોલ્યો, 'ગૂડ બાય અંકલ !'

'ગૂડ બાય !'

મોટરમાં જતાં જતાં આશુતોષે આ પગલાંની અનિવાર્યતા સમજાવી. વિનમ્ર ભાવે ઈશાન સાંભળતો રહ્યો. આશુતોષના મનમાં વળી પાછી પેલી ચચણાટી થવા માંડી. આ કેમ ચિડાતો નથી, લડતો નથી, રિસાતો નથી ? મારાથી છૂટા પડવામાં એને કંઈ દુઃખ જ નથી થતું ? બહુ ઓછું આવવા માંડ્યું, પણ કંઈ બોલાય એવું હતું જ નહીં. પોતે જ નક્કી કર્યું હતું અને પોતે જ મૂકવા જતો હતો. એ તો માત્ર આવતો હતો. કહ્યું કરતો હતો.

અર્ણવનો ફ્લૅટ બહુ દૂર નહોતો. એ પણ સમુદ્રકિનારે હતો. પદ્મરાગ કરતાંયે વધારે આલીશાન. એ મકાનનું નામ કોઈએ મજાકમાં 'ધ નેસ્ટ' રાખ્યું હતું. સૌથી ઉપલા માળના બધા જ ફ્લૅટ એક માલિકના કબજામાં હતા. મુંબઈના સૌથી શ્રીમંત માણસોમાં એની ગણના થતી હતી અને એની સાથે સાહેબજી સલામનોયે વહેવાર ન હોવા છતાં શાલ્મલી અને અર્ણવ એક જાતનું ગૌરવ અનુભવતાં હતાં કે અમે કે. માણેકલાલવાળા બિલ્ડિંગમાં રહીએ છીએ.

રંગરંગીન કાચ જડેલી ને નીચે ગાલીચા બિછાવેલી લિફ્ટમાં ઉપર ચડીને આશુતોષે અર્ણવના અગિયારમા માળના ત્રીજા નંબરના ફ્લૅટની ઘંટડી દબાવી ત્યારે દસબાર પોપટ એકસાથે બોલી ઊઠ્યા હોય એવો અવાજ આવ્યો. ઈશાન સહેજ વિસ્મય પામીને જોઈ રહ્યો ત્યારે એના ભોળપણ પર હસીને આશુતોષે કહ્યું, 'આજકાલ આ લેટેસ્ટ છે.'

'એમ કે ?'

એટલામાં બારણું ખૂલ્યું અને આશુતોષને જોઈને હસતો હસતો સામે લેવા આવેલો અર્ણવ ઈશાનને જોઈને થીજી ગયો. પછી જેમતેમ કરતાં બોલ્યો, 'ઓહો, આવ ઈશાન ! અમે તને આજકાલમાં ડિનર પર બોલાવવાનાં જ હતાં.'

ઈશાને મૂંઝાઈને આશુતોષ સામે જોયું. આશુતોષે કહ્યું, 'તને ફોન કરવાને

બદલે હું જાતે જ આવ્યો, અર્ણવ ! ચાલ આપણે પેલી વાત કરી લઈએ. અને શાલ્મલી ક્યાં છે ? એને કહે ઈશાનને એનો રૂમ બતાવે.'

'રૂમ ?'

'હા હા, હી'ઝ હિયર ટુ સ્ટે.'

'પણ –'

'ચાલ, આપણે અંદર વાત કરીએ.'

બન્ને ભાઈઓ અંદર ગયા. ઈશાન હતો ત્યાં જ ઊભો રહીને હૉલની સજાવટ જોવા લાગ્યો. એના હાથમાં સામાન એમનો એમ હતો અને કાચના ચકચકાટથી શોભતા આ વિશાળ ખંડમાં એ ભૂલા પડેલા ગામડિયા જેવો લાગતો હતો. થોડી વારે શાલ્મલી આવી અને અણગમો છુપાવવાની કોઈ ચેષ્ટા કર્યા વગર બોલી, 'રીમાભાભી હંમેશાં બધાંને આમ વિધાઉટ વૉર્નિંગ જ ધકેલી દે છે. તમારું તો લન્ચ પણ બાકી હશે, નહીં ?'

ઈશાને નમ્રતાથી કહ્યું, 'બાકી તો છે, પણ મને એની ખાસ જરૂર નથી.'

'તો સારું, કારણ કે અર્ણવ તો ઑફિસમાં લન્ચ લે છે અને મારે આજે બહાર જવાનું છે.'

'વાંધો નહીં.'

'તમે બેસો ને ! ઊભા ઊભા થાકી જશો.'

'આ સામાન...'

'ઓ હા.... એ પાછો પ્રોબ્લેમ છે તો ! ચાલો ને હવે આવ્યા છો તો કંઈક કરીશું. હમણાં તો અહીં મૂકો..... ના ના, ત્યાં નહીં – પેલી પૂતળીની પાછળ.'

આરસની વીનસ પણ અહીં તો પૂતળી જ હતી. ઈશાને પોતાના થેલા એની પાછળ ગોઠવ્યા. જરા હસવું આવ્યું, સારું છે, એને હાથ નહીં એટલે આપણો સામાન સલામત !

પછી એ બેઠો. એ સોફાની ગાદી એટલી પોચી હતી કે માણસ અરધો હાથ અંદર ઊતરી જાય. ઈશાનને જરાય ન ફાવ્યું. શાલ્મલી જોયા કરતી હતી. બોલી, 'તમને સારા ફર્નિચરની આદત નહીં ને !'

'એ ખરું,' કહી ઈશાન વિચારવા લાગ્યો, આ લોકોને હું આવ્યો તે જરા પણ રુચ્યું નથી, પણ શું થાય ? આશુતોષભાઈની પણ લાચારી હતી.... અત્યારે તો એ કહે એમ મારે કરવું જ પડે નહીંતર એમની મુસીબત વધી જાય.

'તમને ફ્રાન્સિસની રૂમમાં ફાવશે ?'

ઈશાન તરત જવાબ ન દઈ શક્યો. ફ્રાન્સિસને એ ઓળખતો નહોતો અને

એની રૂમ એણે જોઈ નહોતી. કઈ રીતે કહેવું કે ફાવશે કે નહીં ? એટલામાં ફોન આવ્યો. રિસીવર કાને ધરીને શાલ્મલી અત્યંત ઝીણા અવાજે કંઈક બોલી, અને પછી કહ્યું, 'લો, તમારો છે !'

'મારો ફોન ?' ઈશાનને ખૂબ નવાઈ લાગી. એટલી વારમાં એને કોણે ફોન કર્યો હશે ?

રિસીવર કાને લગાડીને એણે કહ્યું, 'હલો !'

સામેથી આક્રોશભર્યો સૂર સંભળાયો. 'સાધુ અંકલ ! તમે કેમ મને મળ્યા વગર જતા રહ્યા ? આવું કરાય તમારાથી ?'

'સૉરી મિહિકા !'

'હવે તમે પાછા આવો.'

'આવીશ, હં !'

'નહીં નહીં, એમ નહીં, હમણાં ને હમણાં આવો.'

'ઓ... પણ તારે સ્કૂલે નથી જવાનું ?'

'હા, એટલે તો હું ફોન કરું છું. નહીં તો તમને લેવા જ આવત.'

'એમ ?'

'સાધુ અંકલ, સાંજે તમે રેડી રહેજો. હું સ્કૂલેથી આવતાં તમને પિકઅપ કરીશ – રાઈટ ?'

'જોઈએ.'

'જોવાબોવાનું નહીં. આઈ'મ કમિંગ. અને...નેન્સી જોડે બોલતા નહીં.'

'કેમ ?'

'શી'ઝ નો ગૂડ.. અંકલ, મને લેઈટ થાય છે. બાય !'

'ભણજે બરાબર.' કહી ઈશાને ફોન મૂક્યો. હજી આ 'બાય' અને 'હાય' મોઢે ચડતાં નહોતાં.

શાલ્મલી પગ ઝુલાવતાં બોલી, 'તમને ચા કે કંઈ જોઈએ છે ?'

'ના.'

'તો ચાલો, સામાન લઈ લો !'

ઈશાન સામાન ઊંચકીને શાલ્મલીની પાછળ ચાલ્યો. એનો બડબડાટ પાણીના વહેળાની જેમ સાથે સાથે ચાલ્યા જ કરતો હતો, 'આ નેન્સીનો રૂમ, આ ગેસ્ટરૂમ અને આ અમારો-માસ્ટર બેડરૂમ. આખો ચલો એન લાઈલેકમાં અરેન્જ કર્યો છે. પછી બતાવીશ.'

'શા માટે ?'

શાલ્મલી ડઘાઈ ગઈ. બોલી, 'ના, આ તો જોવા ખાતર ! તમને ગમશે. આવું તો જોવાયે ન મળે ને તમને લોકોને ?'

'હું.'

'હવે જરા આગળ ચાલો. પેલી બાજુ આમ થઈને આ તો કિચન અને પેન્ટ્રી છે.'

ઈશાન ચાલ્યો. રસોડાની પાછળ એક સાંકડા અને અંધારા ભાગમાં બે બારણાં પડતાં હતાં. એમાંનું એક ખોલીને શાલ્મલીએ કહ્યું, 'અહીં સામાન મૂકો.'

બારણાની પાછળ કોઈનાં કપડાં લટકતાં હતાં. એક તરફ લોખંડનો સાંકડો પલંગ હતો. એની બાજુમાં લાકડાનું ખોખું હતું તેમાં ચિત્રવિચિત્ર વસ્તુઓ પડી હતી. શાલ્મલીએ બહુ સ્વાભાવિકતાથી કહ્યું, 'માળિયા પર એક ફોલ્ડિંગ કૉટ છે. ફ્રાન્સિસ આવશે એટલે ઉતારી આપશે અને આ બાજુ બહાર ટૉઇલેટ છે.'

એ પેલું બીજું બારણું હોવું જોઈએ... હવે એ વાત તો નક્કી કે ફ્રાન્સિસ આ લોકોનો નોકર છે અને પોતાને એની સાથે એના રૂમમાં રહેવાનું છે. મન એક આંચકો ખાઈ ગયું. આખી ઓરડીમાં એક જાતની બંધિયારપણાની અને વગર ધોયેલાં પરસેવાવાળાં કપડાંની ભારેખમ વાસ આવતી હતી. વળી એમાં એક અજાણી દુર્ગંધ પણ ભળેલી હતી. કદાચ એ શરાબની હશે, પોતાને ક્યાં પરિચય હતો ? આવામાં રહેવાનું ? આવી રીતે રહેવાનું ? ઈશાન કંપી ઊઠ્યો.

પછી વિચાર આવ્યો ઘર છોડવાનું કોઈએ કહ્યું નહોતું. પોતાની મેળે છોડ્યું હતું. આશ્રમ પણ પોતાની મેળે જ છોડ્યો હતો. તો હવે જે કંઈ બને એમાં કોઈનો વાંક ન જોવાય. આ લોકો ભલાં છે તે નોકરની ઓરડીમાં પણ રહેવા દે છે. નહીંતર પોતાનો હક શો છે એમના ઉપર કે આ ઘર ઉપર ?

'ચાલો, બહાર જઈશું ?'

'હા.'

આ બધી અસ્વચ્છતામાં એકે ખૂણો એવો ન દેખાયો કે જ્યાં નચિંત જીવે પુસ્તકો મૂકી શકાય. પણ....હા, ખીંટી હતી. એક પછી એક બન્ને થેલા એક ખીંટી પર ભેરવી દઈને ઈશાન હળવે હાથે ને હળવે હૈયે બહાર ચાલ્યો.

બેઠકના ખંડમાં અર્ણવ અને આશુતોષ ઊભા હતા. કંઈક અધીરાઈથી રાહ જોતા હતા. અર્ણવે પૂછ્યું, 'શાલુ ! 'હેવ યુ સેટલ્ડ હિમ ?'

'ઓ યેસ.'

'ધેટ્સ ગૂડ.'

પણ આશુતોષ તીક્ષ્ણ નજરે જોઈ રહ્યો હતો. એણે શાલ્મલીને પૂછ્યું,

'ઈશાનને ગેસ્ટરૂમમાં રાખ્યો છે ને ?'

'એ તો કેવી રીતે ફાવે મોટા ભાઈ ? પછી કોઈ ગેસ્ટ આવી પડે તો ?'

'આવે ત્યારે ને ?'

'આવવાનો જ છે – મારી એક ફ્રેન્ડ સ્ટેટ્સથી આવે છે એને રિસીવ કરવા એની નણંદ ને નણદોઈ આવવાનાં છે. બેત્રણ દિવસમાં જ આવશે.'

'ઓહ !'

શાલ્મલી ખોટું બોલતી હતી ને આશુતોષ એ જાણતો હતો છતાં એ કંઈ કરી શકતો નહોતો. પોતે પણ ક્યાં ઈશાનને પોતાના રૂમમાં કે છોકરાંઓના રૂમમાં રાખ્યો હતો ? અને આજે કરણના કહેવાથી જાણ્યું કે ઈશાનનો કશો વાંક નહોતો છતાં પોતે એને ઘરમાંથી કાઢ્યો જ હતો ને ? આશુતોષ નીચું જોઈ ગયો.

'તો તમે સાંજે ક્લબમાં આવો છો ને ? હું પંડ્યાને લેતો આવીશ. એનું પ્લેઈન બપોરે આવશે.'

'એ ટ્રેનમાં નથી આવવાનો ?'

'એનો ટાઈમ બગડે ને ?'

'હં, લાલા લાખ ત્યારે સવાલાખ.'

'શું કહ્યું ?'

'કંઈ નહીં... સાડા છ ને પોણા સાતની વચ્ચે આવીશ.'

'વારું.'

'ઈશાન !'

'જી !'

'તને કંઈ જોઈએ છે ?'

'અં...ના, ખાસ કંઈ નહીં.'

'તોયે ?'

'આપણે ત્યાં પહેલાં માની એક છબી હતી ને ? મારે એક વખત જોવી છે.' આખરે બોલાઈ ગયું.

આશુતોષ ક્ષણભર મૂંઝાઈ ગયો. આસ્તેથી બોલ્યો, 'હા, પહેલાં હતી તો ખરી. કોને ખબર ક્યાં ગઈ ! અર્ણવ, તારે ત્યાં નથી ને ?'

'ઇમ્પૉસિબલ ! હું તો ત્યાંથી કંઈ જ જૂનો સામાન લાવ્યો નથી. એવરીથિંગ ઇઝ બ્રાન્ડ ન્યૂ.' કહી અર્ણવે આત્મસંતોષથી પોતાના સામ્રાજ્ય પર દૃષ્ટિ ફેરવી.

ઈશાન બોલ્યો, 'કંઈ વાંધો નહીં. આ તો એક વાર જતાં પહેલાં જોઈ લેત.'

'ઓ, તો તું જવાનો છે ? ક્યારે ?' અર્ણવ ઉત્સાહમાં આવી ગયો.

'ક્યારે તે નક્કી નથી, પણ જઈશ તો ખરો.'

'પ્લીઝ યોર સેલ્ફ.... આ જમાનામાં કોઈને બાંધી રખાય છે ? બાકી અમને તો કંઈ વાંધો નથી – કેમ શાલુ ?'

'થોડો વખત તો ચા-લે !'

ઈશાનને આ લોકોની બહુ દયા આવી. બિચારાં ચિંતામાં હતાં. પોતે ક્યારે જાય એ ઘડીની રાહ જોતાં હતાં ને તોયે એમને કહેવું પડતું હતું – કંઈ વાંધો નથી. ભલા માણસ, જાત પર આવો જુલમ શા સારુ ? એણે હસીને અર્ણવને આશ્વાસન આપ્યું, 'થોડા વખતમાં જ હું બીજો બંદોબસ્ત કરી લઈશ.'

આશુતોષ પોતાનો કુંઠિત સ્નેહ એક લાચાર નજરમાં ઠાલવી દઈને બોલ્યો, 'ઈશાન !'

'જી !'

'હું જાઉં ત્યારે ? તને ફાવશે ને અહીં ?'

'હા.'

'અને ઈશાન ! મને જણાવ્યા વગર કશું આડુંઅવળું ગોઠવતો નહીં.'

'વારુ.'

આશુતોષ ગયો, પણ એને લાગ્યું કે એની દુનિયા ખોવાઈ ગઈ છે. આ થોડા વખતમાં આ શું થઈ ગયું ? માત્ર લોહીની સગાઈ કે બીજું કશુંક ? એમ તો અર્ણવ પણ સગો ભાઈ છે, પણ ઈશાનથી છૂટા પડતાં બહુ પીડા થાય છે... ઑફિસે જતાં સુધીમાં આશુતોષે નક્કી કર્યું કે ગમે એમ કરીને ઈશાનને બે રૂમ લઈ આપવા. ઑફિસેથી જતાંઆવતાં થોડી વાર એની પાસે જવાય, બેસાય, જીવને સારું લાગે. એમાં શું ? સંન્યાસી ન થયો હોત તો ત્રીજો ભાગ ન માગત ?

અર્ણવ અને શાલ્મલી નક્કી નહોતાં કરી શકતાં કે શું કરવું જોઈએ. શાલ્મલીને આશા હતી કે ફ્રાન્સિસના રૂમની વાત સાંભળતાં જ ઈશાન ભાગી જશે. તેને બદલે આ તો રહ્યો. લન્ચ ટાળવાની વાતથીયે ગભરાયો નહીં.

'આશુભાઈએ ખરું બ્લિટ્ઝક્રીગ કર્યું, હં !'

'ના રે, આ તો રીમાભાભીનાં જ કારસ્તાન, હું તમને કહું ને ! તે એમણે બહાનું શું કાઢ્યું, હેં ?'

'કહે છે કે કરણને સમાધિ કરતાં શીખવતો હતો.'

'એમાં શું થઈ ગયું ?'

'કમ ઑન શાલુ, માબાપના જીવને ચિંતા તો થાય કે નહીં ?'

'શાની ચિંતા ?'

'ધાર કે આપણી નેન્સી એની ભગત બની જાય તો આપણને ચિંતા થાય કે નહીં ?'

'નેન્સીનું કાળજું ઠેકાણે છે. ને હું તમને કહું ? કરણ ઈઝ વેરી સ્માર્ટ. એ કંઈ એમ સાધુ ના થાય. આ તો ભાભીએ ટાઢા પાણીએ ખસ કાઢી.'

'તું કંઈ ભાભીથી જાય એવી નથી. તનેય કંઈક બહાનું મળી રહેશે.'

'જોઈએ. તમે હવે ઑફિસે જાઓ છો ને ?'

'હા. તું લન્ચ પર ક્યારે જવાની ?'

'ફ્રાન્સિસ આવે એટલે. આમને એકલાને તો ઘર ન જ સોંપાય ને ?'

'એ ખરું. હું જાઉં ત્યારે.'

અર્ણવ ગયો અને શાલ્મલી એકલી પડી. મનમાં ક્યાંક ઊંડે થતું હતું કે પોતે ખોટું કર્યું છે. નવેસરથી રાંધવાની ખટપટ ભલે ના કરે, પણ કંઈક તો ખાવાનું આપવું જોઈએ. એક તો દિયેર, પાછો સાચોખોટો તોયે સંન્યાસી... ભૂખ્યો મારતાં પાપ નહીં લાગે ?'

પછી વળી જોર કરીને એવા નબળા વિચારો હાંકી કાઢ્યા. પોચું ભાળે તો પેધી જ જાય ને ? નિરાંતે ફોન પાસે બેસીને એક સહિયર સાથે વાતો કરવા માંડી. આખા અઠવાડિયાનાં લન્ચ ગોઠવાઈ ગયાં. કોણે કોને લિફ્ટ આપવાની તે પણ નક્કી થઈ ગયું. એટલામાં શાકભાજી ને કરિયાણું લઈને ફ્રાન્સિસ આવ્યો. એ જરા પણ નારાજ ન થાય એની કાળજી રાખીને શાલ્મલીએ કહ્યું કે ઈશાન બે-ત્રણ દિવસ રહેવાનો છે એટલે એને માટે માળિયામાંથી એક ફોલ્ડિંગ કૉટ ઉતારીને ફ્રાન્સિસે પોતાના રૂમમાં મૂકવો.

'ઔર હમ ?'

આ નવી મુશ્કેલી આવી. ફ્રાન્સિસ વાંધો લેશે એવું તો ધાર્યું જ નહોતું શાલ્મલીએ. તેમ છતાં ખોટેખોટું હસીને એને કહ્યું, 'અચ્છા, શામ તક તો રખ્ખો. પિછે નેન્સી બેબી આયેગા તો કુછ ન કુછ ઠિકાણા કરેગા.'

'મતલબ, મેમસાબ ?'

'અરે, વ્યવસ્થા – ક્યા બોલતા હૈ, ઈન્તજાર કરેગા.'

'કિસકા ?'

'વો વાલા નહીં... વો દુસરા...હાં, ઈન્તજામ.'

'ઠીક હૈ. સા'બકા ભાઈ હૈ ન ?'

'હા રે. એકદમ સગ્ગા !'

'અચ્છા.'

શાલ્મલીને વિદાય કરીને ફ્રાન્સિસ અંદર ગયો ત્યારે ઈશાન શાંતિથી જપ કરતો હતો. ચિત્તની વૃત્તિઓ જે તે ઇંદ્રિય દ્વારા બહારના વિષયોને સ્પર્શ કરે ત્યારે જ મનુષ્યને સુખદુઃખાદિનો અનુભવ થાય છે એ શાસ્ત્રવચનનું આજે તેને પ્રત્યક્ષ પારખું થયું હતું. નાસિકા તેની તે હતી, દુર્ગંધ તેની તે હતી, પરંતુ મનને દુર્ગંધનો અનુભવ થતો નહોતો. કારણ કે સંબંધ તૂટી ગયો હતો. ઈશાનના ચહેરા પર ભૂખ, તરસ, થાક કશાની એકે લકીર ખેંચાઈ નહોતી. એક નિર્મળ તેજ લહેરાઈ રહ્યું હતું.

ફ્રાન્સિસના પગ બારણાંમાં જ થંભી ગયા. એને લાગ્યું કે એ ગોવામાં છે. છસાત વરસનો છે. અને એની સામે ફાધર હેરિસ બેઠા છે. નાનપણમાં એ ફાધરનું એને અદમ્ય આકર્ષણ હતું. જો એમની બદલી ન થઈ હોત તો ફ્રાન્સિસ ચર્ચને શરણે ગયો હોત. ત્યાર પછી પણ ઘણાં વરસો લગી એને ફાધર હેરિસ સ્વપ્નામાં આવતા. હમણાંના બહુ વખતથી તેમને એ રીતે પણ જોયા નથી કે નથી યાદ કર્યા. આજે પોતાની મેળે કૃપાળુ થઈને એ અહીં આવ્યા છે. એની ઓરડીમાં બેઠા છે. જિસસ સાથે વાતો કરે છે. પોતાની છાતી પર ક્રોસનું નિશાન કરીને એ બહુ હળવે પગે અંદર દાખલ થયો અને ઈશાનની પાસે બેસી ગયો.

ઘણી વાર પછી ઈશાનનાં નેત્રો ખૂલ્યાં અને ગંદી અંધારી ઓરડીમાં શ્રદ્ધાનાં સુંદર કમળો ખીલેલાં તેણે જોયાં. આ કોણ હતું ? સોમગિરિને સ્પર્શતો એવા જ ભાવથી સામે બેઠેલી વ્યક્તિને ખભે હાથ મૂકીને તેણે પૂછ્યું, 'ભાઈ, તમે કોણ છો ?'

'આપકા સર્વન્ટ, ફાધર !'

'ના ના, કોઈ કિસીકા સર્વન્ટ નહીં ભાઈ ! સબ એક હી બાપ કે બચ્ચે હૈં – હૈ ન ?"

'આપ બોલો વો સચ, ફાધર !'

'મૈં ફાધર નહીં હૂં.'

'મેરે તો આપ હી ફાધર હૈ – ફાધર હેરિસ !' ભાવભીના ફ્રાન્સિસની આંખો છલોછલ ભરાઈ ગઈ. કેવાં શીતળ, કેવાં નિર્મળ એ અશ્રુ ! માણસ એક વાર એમાં નહાય તો ગંગા નહાવાની જરૂર ન રહે. ઈશાનને થયું કે ફ્રાન્સિસનો એ ચરણસ્પર્શ કરે, પણ એને ખબર હતી કે ફ્રાન્સિસ એવું કરવા નહીં દે. એણે બે હાથે ફ્રાન્સિસના ખભા પકડીને એને ઉઠાડ્યો. મૃદુ સ્વરે કહ્યું, 'ફાધર હેરિસ કી બાતેં નહીં સુનાઓગે ?'

'ક્યોં નહીં ?' કહીને એણે શરૂઆત કરી ગોવાના એના બાળપણની વાતોથી. ત્યાંના વિશાળ અતિ સ્વચ્છ શુભ્રાતિશુભ્ર સાગરકાંઠાની નવપલ્લવિત હરિત દ્રુમોમાંથી ડોકિયાં કરતાં સોનેરી અને લાલ કાજુફળની, દિનરાત ચાલ્યા કરતા મધુર

કોંકણી સંગીતની, ઐશ્વર્યશાળી દેવળોની અને માની ગોદમાંથી મિત્રોની રમતમાં અને તરુણીઓના સંગમાં ઊગતા જતા પોતાના જીવનની.

એ બધી વાતોમાં વણાયે જતી હતી ફાધર હેરિસની આકૃતિ. ફ્રાન્સિસના તો એ જ ફિરસ્તા હતા, એ જ રક્ષણહાર, એ જ પિતા, એ જ સર્વસ્વ. એમના બોલ એ જ ફ્રાન્સિસનું બાઇબલ, એમનો આદેશ એ જ પ્રભુનો સંદેશ. એ પંદર વરસનો થયો ને ફાધરની બદલી કોઈ બીજા દેશમાં થઈ. ફ્રાન્સિસ લૂંટાઈ ગયો. બરબાદ થઈ ગયો. રોષે ભરાઈને એણે દેવળ છોડ્યું. નેકીનો રાહ છોડ્યો, આપ્તજનોનાં દિલ દુભાવ્યાં. જે કંઈ ખોટું કહી શકાય તે બધું જ કર્યું. થાકીને માએ એને કાઢી મૂક્યો ત્યારે એ મુંબઈ આવ્યો અને ગબડતો ગબડતો આખરે આ નોકરીમાં સ્થિર થયો. લાંબી વાત પૂરી કરીને એણે બાળકભાવે એક જ પ્રશ્ન પૂછ્યો, ‘આપ કહાં ચલે ગયે થે ફાધર હેરિસ ?’

એના, બેય હાથ પકડીને ઈશાને પોતાને હૈયે ચાંપી લીધા. પળભર ઇચ્છ્યું કે પોતે ખરેખર જ ફાધર હેરિસ હોય અને પછી હસીને કહ્યું, ‘મગર વો મૈં નહીં હૂં !’

‘મેરે લિયે તો આપ હી ફાધર હેરિસ હૈં.’ દૃઢતાથી કહીને ફ્રાન્સિસ ઊઠ્યો અને દયાળુ ઈસુના ચમત્કારથી ગદ્‌ગદ થઈ ખૂણામાં લટકાવેલા ક્રોસ સમક્ષ પ્રાર્થના કરવા લાગ્યો. આ જીવને આટલી શાતા પહોંચાડવા માટે જ પ્રભુએ પોતાને અહીં મોકલ્યો હશે, નહીંતર આ ભાઈ-ભાભીને પોતાના નોકરની ઓરડીમાં રાખવાનું કેમ સૂઝતું, એ વિચારથી ઈશાન પણ પ્રભાવિત થઈ ગયો.

સાંજ પડવા આવી હતી. ફ્રાન્સિસને સ્કૂલમાંથી આવેલી નેન્સીની સેવા ઉપરાંત રસોડું સંભાળવાનું હતું, ઘરની સાફસૂફી કરવાની હતી, ઘણાં કામ હતાં. એણે વિનયપૂર્વક ઈશાનને બહાર બેસાડીને સૌથી પહેલાં તો પોતાની ઓરડી ચંદન જેવી ચોખ્ખી કરી પછી આગ્રહ કરીને ઈશાનને દૂધ પાયું. ત્યાર બાદ એ ઘરનાં કામમાં ગૂંથાયો, પણ ઊંડા પાણીમાં ડૂબકી મારનાર થોડી થોડી વારે સપાટી પર આવીને શ્વાસ લઈ જાય એમ એ હરતાંફરતાં ઓરડીમાં ડોકિયું કરીને ઈશાનને જોઈ જતો હતો.

રાતે અર્ણવે જાણ્યું કે ઈશાન તો રોજ દિવસમાં એક જ વાર જમે છે અને તે પણ બપોરે જ, ત્યારે એને ભૂખ્યો રાખવા બદલ દિલગીર થઈને એ શાલ્મલી સામે જોવા લાગ્યો, પણ શાલ્મલીએ માત્ર ખભા ઉલાળ્યા. એને લાગ્યું કે ઈશાન માટે કંઈ કરવું જોઈએ જેથી એને ખરાબ ન લાગે, પણ નેન્સીએ તો જાહેર કરી દીધું હતું કે અંકલ પણ નહીં અને સાધુ પણ નહીં એવી વ્યક્તિમાં એને કશો રસ

નથી. એટલે એ શાલ્મલીને વીનવવા લાગ્યો કે આપણે બન્ને ઈશાનને જરાક આંટો મારવા બહાર લઈ જઈએ. શાલ્મલી થાકી હતી, પણ આખરે માની અને અર્ણવ ઈશાનને સમજાવીને બહાર લાવ્યો એટલે ત્રણે જણ પેલી રંગરંગીન અને ગાલીચાવાળી લિફ્ટમાં નીચે ઊતર્યાં.

લિફ્ટના દરવાજા સામે જ ઉપરવાળા એન. માણેકલાલની દીકરી ઇપ્સિતા ઊભી હતી તે જોઈને અર્ણવ ખુશ ખુશ થઈ ગયો અને ઝૂકીને સ્મિત કરવા લાગ્યો. શાલ્મલીને ઇપ્સિતા નહોતી ગમતી કારણ કે તે નિર્વિવાદપણે અતિશય સુંદર હતી અને અઢળક પૈસાને લીધે એનાં કપડાં – દાગીના હંમેશાં અદ્વિતીય રહેતાં. જ્યાં ઇપ્સિતા દેખાય ત્યાં આસપાસની બધી સ્ત્રીઓ માત્ર પડછાયા જેવી બની જતી અને બધા પુરુષો ઇપ્સિતાને જ જોયા કરતાં. એથી આગળ વધવાની કોઈની હિંમત ન ચાલતી; કારણ કે ધન અને રૂપ ઉપરાંત એનો મિજાજ પણ જોરદાર હતો એ વાત જગજાહેર હતી.

લિફ્ટનો દરવાજો ખૂલ્યો અને ત્રણે જણ બહાર નીકળ્યાં ત્યારે અંદર જવાને બદલે ઇપ્સિતા સાશંક નજરે એ લોકો સામે તાકી જ રહી. શાલ્મલી અને અર્ણવ આ વર્તનના આશ્ચર્યથી મુક્ત થાય એ પહેલાં ઇપ્સિતા બોલી ઊઠી, 'કોણ, ઈશાનબાબા ?' અને એક ડગલું પાછળ હઠી ગયેલા ઈશાનના ચરણમાં નમી પડી.

૪

'ભલે ને એ ખસી ગયા ! પપ્પા, મને ખાતરી છે — એ ઈશાનબાબા જ છે !'

નિરંજનભાઈ વ્યથિત નજરે ઇપ્સિતા સામે જોઈ રહ્યા. કર્મસાગરને આરે આવીને ઊભેલા માણસની એ નજર હતી. હવે ક્યાંય જવાનું નહોતું, કશું કરવાનું નહોતું. ઈશ્વર સાથેનો સંવાદ પણ પતી ગયો હતો. હવે એ માત્ર હતા. જેટલો વખત શ્વાસ ચાલે એટલો વખત માણસ આ પૃથ્વી પર હોય છે, માટે જ એ હતા.

પિતાની એ અબોલ નજરના પડદાને પોતાના આક્રોશથી ચીરી નાખતી ઇપ્સિતા ફરી બોલી, 'પપ્પા ! હું ખરું કહું છું, એ ઈશાનબાબા છે. હું ન ઓળખું ?'

'એમ હશે.'

'અરે, પણ જો એ ઈશાનબાબા હોય અને છે જ, હું તમને કહું છું ને ! તો તો પપ્પા તમે વિચાર તો કરો, રજત એમને જોઈને કેટલો રાજી થશે ! અને – અને... વખત છે ને એ સાજો પણ થઈ જાય.'

'ઇપ્સુ, તેં ન સાંભળ્યું કાલે ડૉક્ટર માર્શલે શું કહ્યું તે ?'

'હા, પણ પપ્પા ! જતી વખતે એમણે એમ પણ કહ્યું હતું ને કે વી કેન ઓન્લી વેઈટ ફોર અ મિરેકલ ? પપ્પા, ધિસ ઇઝ ધેટ મિરેકલ. નહીં તો ઈશાનબાબા અહીં ક્યાંથી આવે ? અને આ જ બિલ્ડિંગમાં ? મારું ઉપર આવવું અને એમનું નીચે જવું એ જ મિનિટે કેમ બને ? પપ્પા, આમાં ચોક્કસ ઈશ્વરનો હાથ છે.'

'તો..... શું કરીશું ? પણ તું તો કહેતી હતી ને, એ આઘા ખસી ગયા ? અને એમણે એમ પણ કહ્યું ને, કે હું ઈશાનબાબા નથી ?'

'હં....પણ એ કંઈ પણ કહે, એ ઈશાનબાબા જ હતા.'

'બેટા, એવો માણસ કંઈ જૂઠું બોલે ?'

નિરંજનભાઈના એ પ્રશ્નનો જવાબ ઇપ્સિતા ન આપી શકી. કોઈ પણ સારો માણસ જૂઠું ન બોલે. તેમાંયે આ તો ઈશાનબાબા ! એ કદી જૂઠું બોલે ? છતાં પોતે એમની આગળ ઝૂકી પડી ત્યારે બીજી નજર પણ નાખ્યા વિના શાંત ભાવે 'હું ઈશાનબાબા નથી' કહીને એ કેવા જતા રહ્યા હતા ? એ ખરેખર જ ઈશાનબાબા

ન હોય એવું બની શકે ? જોકે કપડાં તો સફેદ હતાં ને માથા પર આછા આછા વાળ પણ ઊગેલા હતા..... ના, ના, એ જ આંખો, એ જ ચહેરો, એ જ આભા... નક્કી એ ઈશાનબાબા હતા અને એને ખાતરી હતી કે રજતને મરણપથારીએથી બેઠો કરવા જ ભગવાને એમને મોકલ્યા હતા. ડૉક્ટર માર્શલ જેની રાહ જોતા હતા તે ચમત્કાર આ જ હતો.

એકદમ ઊભી થઈ જઈને એ નિરંજનભાઈની ખુરસી પાસે ગઈ અને એના બે હાથા પકડીને દૃઢતાથી કહેવા લાગી, 'એમને કંઈ પણ કારણ હશે, પપ્પા ! અમે આટલો બધો વખત ઉત્તરકાશી રહ્યાં, એમની પાસે કેટલું શીખ્યાં, અરે ! હું કંઈ એમનું મોઢું ભૂલી જાઉં ? જોજો ને, રજત પણ કહેશે, એ ઈશાનબાબા જ છે !'

'રજત તો...' દુઃખી પિતા આગળ ન બોલી શક્યા. તે સાથે ઇપ્સિતાને ભાન આવ્યું કે રજત તો જરાયે હાલીચાલી શકતો નહોતો, બોલી શકતો નહોતો, કદાચ સાંભળી શકતો પણ નહોતો. એની નિસ્તેજ આંખો બહારનું દૃશ્ય ઝીલીને મગજ લગી પહોંચાડતી હશે કે નહીં તેય સમજાતું નહોતું. માત્ર પોપચાં ઊઘડતાં હતાં અને પાછાં ઢળી જતાં હતાં. હાથીદાંતના સોનેરી ચિતરામણવાળા પલંગમાં રેશમી ગાદલામાં સૂતેલો એ દેહ હવે માત્ર રજતનું ખોખું હતો. પેલો જીવનથી છલોછલ છલકાતો, મોટી મોટી આંખોથી આકાશ અને ધરતીનાં તમામ આશ્ચર્યો પી જવાની ઉત્કંઠા ધરાવતો ચોવીસ વરસનો જુવાન કંઈ આ નહોતો. ઓહ ! એ ક્યાંથી કોઈનેય ઓળખે ? એ ક્યાંથી કોઈનેય બોલાવે ?

આંસુભર્યા ચહેરે એ નિરંજનભાઈ પાસેથી ખસી ગઈ અને ખૂબ જ દિલગીર થઈને બોલી, 'સૉરી પપ્પા, મને યાદ જ ન રહ્યું.'

'કંઈ નહીં, એવું થાય કો'ક વખત.'

પછી બન્ને બાપ-દીકરી ક્યાંય લગી વગર બોલ્યે બેસી રહ્યાં. નોકર નિરંજનભાઈની દવાઓ અને પાણીનો પ્યાલો લઈને આવ્યો ત્યારે તેમણે નારાજીથી હાથ હલાવ્યો. તે સાથે ઇપ્સિતાની સમાધિ તૂટી. એણે કહ્યું, 'કેમ પપ્પા ?'

'હવે મન નથી થતું.'

ઇપ્સિતાએ કશું બોલ્યા વગર ટ્રેમાંથી પટ્ટીઓ લઈને રોજની માફક ગોળીઓ કાઢી અને નિરંજનભાઈના હાથમાં મૂકી. એક નિસાસો નાખીને તેઓ પાણીના ઘૂંટડા સાથે ગોળીઓ ગળી ગયા. પછી ધીરે ધીરે બોલવા લાગ્યા, 'મમ્મી ગઈ.... રજતનું પણ હવે કોણ જાણે.. કોને માટે આ બધી જંજાળ કર્યા કરવાની ? સાચું કહું છું ઇપ્સુ, હવે જીવવાનું મન નથી થતું.'

'એટલે મારો વિચાર જ નહીં કરવાનો, એમ ને ?'

'કરું છું ને બેટા ! કરું તો છું. જો, દવાઓ લઈ લીધી ને ?'

'થૅન્ક યૂ, પપ્પા.'

નિરંજનભાઈ આસ્તેથી ઊઠ્યા અને ટેપરેકર્ડર ચાલુ કર્યું. કિશોરી આમોનકરના સ્વરમાં ભૂપ રાગના સૂર લહેરાવા લાગ્યા. 'પ્રથમ સૂર સાધે....' બાપ-દીકરીનાં ઘવાયેલાં હૈયાંને થોડી ક્ષણોની આસાયેશ મળી. સ્થળકાળનાં બંધન થોડાં ઢીલાં પડ્યાં. બન્ને જણ સાથે હતાં, છતાં પોતપોતાના અંગત જગતમાં હતાં... ચારે કોર સંગીતનો ગંભીર પ્રવાહ વહેતો જતો હતો... એકાએક એને અટકાવી દઈને નિરંજનભાઈ મોટે અવાજે બોલ્યા, 'કોની સાથે હતા એ ?'

'અગિયારમે માળે પેલાં શાલુબહેન રહે છે ને, એ ને એમના વર હતા એમની જોડે.'

'અચ્છા ! કાલે સવારે તપાસ કરીશું.'

'પપ્પા !' ઉત્સાહની એક ઝલક ઇપ્સિતાના ચહેરાને જગાડી ગઈ. એની આંખો પણ રજતના જેવી જ મોટી મોટી અને સુરેખ હતી. વળી કાજળની એક હલકી લકીર એ આંખોને હંમેશાં વીંટળાયેલી રહેતી અને એની સુંદરતામાં વધારો કરતી. લાગણીનાં પ્રત્યેક પ્રતિબિંબ ઝીલતી અને પ્રગટાવતી એ આંખો જ ઇપ્સિતાની વિશિષ્ટતા હતી. એના ચહેરા સામે એક વાર જુઓ તો બસ, એ આંખોને જોતા જ રહી જાઓ. નિરંજનભાઈ પણ દીકરીની એ આશા અને આનંદભરી નજરનું અજવાળું ઝીલીને જરાક હસ્યા. કહ્યું, 'અત્યારે મોડું થઈ ગયું છે, નહીંતર અત્યારે જ તપાસ કરાવત. બસ, હવે રાજી ?'

'હા.'

'ચાલ ત્યારે, જરા ભાઈને મળીને શાંતિથી સૂઈ જા. કોને ખબર, સવારે કંઈક સારું થાય પણ ખરું !'

'થશે જ, જોજો ને પપ્પા !' કહી ઇપ્સિતા જરાક હળવે હૈયે સૂવા ગઈ.

સવાર થતાંમાં જ અર્ણવને ઘેર ઘંટડી રણકી ઊઠી. નિરંજનભાઈનો નોકર ખૂબ જાડું ગાયના દૂધ જેવા આછા પીળા રંગનું પરબીડિયું લઈને ઊભો હતો. અર્ણવે હોંશે હોંશે ખોલ્યું તો માંહીં એવા જ જાડા કાગળ પર માત્ર બે લીટી હતી. 'મિસ્ટર પરીખ, આપને ત્યાંના મહેમાનને અનુકૂળતા હોય તો સાથે લઈને સાડા આઠ વાગ્યે ચા પીવા આવશો એ જ વિનંતી.' નીચે હસ્તાક્ષર હતા – એન. માણેકલાલ.

નોકર હજુ બારણામાં જ ઊભો છે એ પળભર ભૂલી જઈને અર્ણવે બૂમ

પાડી, 'શાલુ, જો તો ખરી, આ કોનું ઇન્વિટેશન આવ્યું છે !'

શાલ્મલીએ બગાસું ખાતાં પ્રવેશ કર્યો, 'અત્યારના પહોરમાં કોણ છે ?' પણ કાગળ જોતાંની સાથે એની ઊંઘ ઊડી ગઈ. એકદમ ધમકાવતા અવાજે અર્ણવને કહેવા લાગી, 'પહેલાં જવાબ તો આપી દો !'

'શું કરવું છે ? જઈશું ને ?'

'હાસ્તો વળી.' કહી તે કાગળ ફેરવી ફેરવીને જોવા લાગી. એના પોત અને વજનની શ્રીમંતાઈનો સ્પર્શ કરવાથી એને સારું લાગતું હતું.

નોકર તો અર્ણવનો જવાબ લઈને સલામ કરીને ચાલી ગયો, પણ ખરું રમખાણ ત્યાર પછી શરૂ થયું. હોઠ વાંકાચૂંકા કરી શાલ્મલી બોલી, 'પણ એ લોકોએ આ મહેમાનનું લફરું ખોટું કાઢ્યું ! ઈશાનભાઈને તો મોટા લોકોમાં કેમ ઊઠવુંબેસવું ને કેમ વાતો કરવી એનુંય ભાન નહીં હોય.'

'તોયે મિસ માણેકલાલ એને જ પગે લાગી હતી ને !' અર્ણવે કંઈક અભિમાનથી કહ્યું. આવે પ્રસંગે ઈશાન પોતાનો ભાઈ હતો એ વાત એને ગૌરવપ્રદ લાગતી હતી.

'ઊંહ, તોયે એમને કશું બોલવાનું સૂઝ્યું ? ઊલટાના 'હું ઈશાનબાબા નથી' કહીને ઊંધું ઘાલીને ચાલવા માંડ્યા. સામે આવી પરી જેવી છોકરી ઊભી હતી એનુંયે ધડ દઈને અપમાન કરી નાખ્યું તમારા ભાઈએ.'

'ઓહો ! ત્યારે તેં આજે કબૂલ કર્યું ખરું કે મિસ માણેકલાલ પરી જેવી છે, કેમ ?'

'એ તો એમ કહેવાય. બાકી છે નર્યું અભિમાનનું પૂતળું. લેડીઝ સર્કલમાં તો કોઈ કરતાં કોઈને એ ગમતી નથી. અચ્છા, જવા દો એ વાત. શું કરવું છે ? ઈશાનભાઈને લઈ જવા છે ? હું તો કહું છું, એમનું માંડી વાળો.'

'શાલ્મલી ! મને તો લાગે છે કે આ આમંત્રણ એને લીધે જ આવ્યું છે. નહીંતર જોને, આટલાં વરસ થયાં કોઈ દિવસ સાહેબજી સલામનોયે વિવેક કર્યો છે એ લોકોએ ? અને આજે સીધું ચા પીવાનું આમંત્રણ અને તેય પાછું સવારના પહોરમાં ! એને લઈ જ જવો પડશે.'

'તો તમે જાણો. ફ્રાન્સિસને મોકલો, ઊઠ્યા છે કે નહીં એ તો જોઈ આવે.'

સંદેશો મળ્યા પછી ઈશાન બે મિનિટમાં જ આવીને અદબભેર ઊભો. 'કંઈ કામ હતું અર્ણવભાઈ ?'

'કામ તો શું ? પણ તારી પાસે સારાં કપડાં હોય તો જરા તૈયાર થઈ જા

ને ! આપણે ઉપર ચા પીવા જવાનું છે. એન. માણેકલાલવાળાને ત્યાં.'

'શા માટે ? ચા તો હું પીતો નથી અને દૂધ મેં પી લીધું છે.'

'તું કંઈ સમજતો જ નથી. ચા ન પીવી હોય તો નહીં પીવાની, પણ જવું તો પડે જ ને ?'

'શું કરવા ?'

અર્ણવ મૂંઝાઈને ઈશાન સામે જોવા લાગ્યો. આ કંઈ સમજતો નહીં હોય કે જાણી જોઈને આવું કરતો હશે ? અને પંડ્યાએ તો આને માટે કેવું કેવું કહ્યું હતું ! બિચારા પ્રતાપગિરિએ ગુરુની આબરૂ જાળવવા અને આશ્રમને અલવલ ન પહોંચે એને ખાતર પોલીસમાં ફરિયાદ નહોતી નોંધાવી, નહીંતર આ ભાઈસાહેબે તો ત્યાંથી ઘણો માલ ઉડાવ્યો હતો. અને હવે અહીં લક્ષ્મી જાતે કપાળમાં ચાંલ્લો કરવા આવી છે ત્યારે પાછો સોંઘોમોંઘો થાય છે ! મનનો કચવાટ મનમાં જ સમાવીને તે બોલ્યો, 'ઓળખાણ તો સોનાની ખાણ છે.'

ઈશાને જવાબ ન આપ્યો. અર્ણવે ચિડાઈને કહ્યું, 'કાલે રાતે મિસ માણેકલાલની સાથે પણ તું બરાબર બોલ્યો નહીં. પાછું જૂઠું કહ્યું – હું ઈશાનબાબા નથી !'

'હવે હું માત્ર ઈશાન છું ને અર્ણવભાઈ ? બાબા કહેવડાવવાનો કે કોઈના પ્રણામ સ્વીકારવાનો મને અધિકાર નથી.'

'સારું, પણ હવે ઝટ તૈયાર થઈ જા. આપણે ચા પીવા તો જવું જ પડશે.'

'મારી ઇચ્છા નથી.' ઈશાનના સ્વરમાં લગીરે આક્રમકતા નહોતી. તે માત્ર એક હકીકત જાહેર કરતો હતો, જેમ કે પૃથ્વી ગોળ છે. અર્ણવના મનમાં જાગેલું ગુસ્સાનું પ્રચંડ મોજું જાણે કે દિશાશૂન્ય થઈને પાછું દરિયામાં જ વિલીન થઈ ગયું. સહેજ અટકીને તે બોલ્યો, 'અમારે તો વ્યવહાર સાચવવાના હોય. અમે જઈશું.'

'ભલે.'

તૈયાર થતાં થતાં અર્ણવ વિચારવા લાગ્યો, આ તો બેધારી તલવાર જેવો છે. એને લીધે એન. માણેકલાલ જેવાના ઘરમાં આમંત્રણ મળે છે અને કદાચ એના આવા વિચિત્ર સ્વભાવને લીધે મોટા લોકોની સાથે વાંધાયે પડી જાય.... શું કરવું આનું ? કોને ખબર આશુભાઈને પણ શી ભૂરકી નાખી છે કે પંડ્યાની એકે વાત માનવા તૈયાર જ નથી.

લિફ્ટના સુંવાળા ગાલીચા પર આમથી તેમ પગ ફેરવતી શાલ્મલીએ કહ્યું, 'મને તો લાગે છે કે એ લોકોને આપણો જ સંબંધ વધારવો હશે. ઈશાનભાઈનું

તો ખાલી બહાનું. સારું થયું જોડે ન આવ્યા તે, વગર કારણનું કંઈ ને કંઈ બાફી નાખતે તો ઊલટાની આપણને પંચાત ! કેમ, ખોટું કહું છું ?'

'ના, બરાબર !'

પણ બરાબર તો નહોતું જ. મહેમાનને સાથે લીધા વગર આવેલાં પતિપત્નીનું જે રીતે સ્વાગત થયું ને જે રીતે આખો વખત ઈશાન વિશે જ પ્રશ્નો પુછાતા રહ્યા તે પરથી સમજાઈ ગયું કે આમંત્રણ અર્ણવ પરીખ અને એની પત્નીને નહોતું, ઈશાનને જ હતું. તેમાંયે પરાકાષ્ઠા તો ત્યારે આવી જ્યારે ઇપ્સિતાને નિરંજનભાઈએ કહ્યું, 'જાને દીકરા, તું જ એમને બોલાવી આવ ને !' અને ઇપ્સિતા તરત જ ઊભી થઈ ગઈ.

'ચાલો ને, હું સાથે આવું !' કહી શાલ્મલી ઊઠી, પણ નિરંજનભાઈએ તરત જ આગ્રહ કર્યો, 'નહીં જી, આપ બેસો. ઇપ્સિતા જઈ આવશે.'

શાલ્મલીને કમને પાછું બેસવું પડ્યું. એના અને અર્ણવના મનમાં એક જ વિચાર ઘોળાતો હતો....ઇપ્સિતા જઈને ફ્રાન્સિસના રૂમમાં ઈશાનને જોશે તો કેવું ખ઼રાબ લાગશે ! બન્નેને પસ્તાવો થતો હતો, આવું જાણ્યું હોત તો એને ગેસ્ટરૂમ જ ન આપત ? પણ હવે તો કશું થઈ શકે એમ જ નહોતું – રાહ જોવાની, ઈશાન આવે છે કે નહીં અને આવે તો પછી શું થાય છે. બાકી એક વાત નક્કી, આ ઈશાનને પોતાને ઘેર રાખવા જેવો હતો. આવી તો એને ઘણી મોટી મોટી ઓળખાણો હશે. લાભ લેતાં આવડે તો ન્યાલ થઈ જવાય.

થોડી વાર પછી ઇપ્સિતા પાછી આવી. એનો ચહેરો ઊતરી ગયો હતો. એણે કહ્યું, 'બાબા તો નથી આવતા. કામમાં છે.'

'એને વળી શું કામ ?' અર્ણવથી બોલાઈ ગયું.

'તમારા સર્વન્ટને બાઇબલ સમજાવતા હતા.'

'ઓત્તારી !' મોંએથી નીકળી ગયા પછી શાલ્મલી એ શબ્દ પર સભ્યતાના લેપ લગાડવા માંડી. 'આઈ મીન, અત્યારમાં તો ફ્રાન્સિસને ઘણું કામ હોય, બિચારો મહેમાનનું માન જાળવવા બેઠો હશે, બાકી આમ તો રવિવારેય ચર્ચમાં નથી જતો. કંટાળો આવે તોયે શું કરે ? કેવી રીતે ના પાડે, નહીં અર્ણવ ?'

'હા... ફ્રાન્સિસ ફસાઈ ગયો હશે, ચાલો જઈને એને છોડાવીએ.' કહી અર્ણવ હસવા લાગ્યો, પણ શાલ્મલી સિવાય કોઈએ એને સાથ ન આપ્યો. નિરંજનભાઈ ઊભા થઈને બારણા સુધી એ લોકોને મૂકવા ગયા અને છેલ્લે બોલ્યા, 'એમને ફુરસદ હોય ત્યારે કહેવડાવજોને, હું જ આવી જઈશ.'

'અરે, ના ના ! એવી તકલીફ ના લેશો, હું જ એને મોકલી આપીશ.' અર્ણવે કહ્યું.

જતાં જતાં એ વિચારવા લાગ્યો, કહેતાં તો કહેવાઈ ગયું, પણ ઈશાન ક્યાં માને એવો છે ? ધારો કે એ ન જ જાય અને નિરંજનભાઈ પોતે નીચે આવે તો ? આવા મોટા માણસનું સ્વાગત પણ બરાબર કરવું જોઈએ, સંબંધ ખૂબ વધારી દેવો જોઈએ – ઈશાનના ગયા પછી પણ કામ લાગે.

'અરે શાલુ ! ગેસ્ટરૂમ તૈયાર કરી નાખજે ફટાફટ !'

'હા, હવે તો એમને ત્યાં જ શિફ્ટ કરવા પડશે.'

પરંતુ ઈશાન તો ફ્રાન્સિસની રૂમમાંથી ખસવા જ તૈયાર નહોતો, શાલ્મલીના મીઠડાવેડા સામે એની પાસે બે જ વાક્યો હતાં. 'અહીં બધું બરાબર છે. મને ફાવે છે.'

આખરે થાકીને શાલ્મલી અર્ણવ પાસે ગઈ. 'તમારા ભાઈ તો મારું નાક કપાવવા બેઠા છે. જીદે ચડ્યા છે. કહે છે, ત્યાં જ રહેશે. હવે તમે જાણો ને એ જાણે.'

અર્ણવને ઑફિસે જવાનું મોડું થતું હતું, પણ એ બધું ગણકાર્યા વગર એ ફ્રાન્સિસની ખોલીમાં ગયો અને ઈશાન પર ચિડાવા લાગ્યો, 'તને કંઈ ભાન છે કે નહીં, ઈશાન ? નિરંજનભાઈ જેવા મોટા માણસ તને મળવા આવે એમને અમારાથી અહીં લવાય ? ચલો ફ્રાન્સિસ, સા'બકા સામાન ઉઠાઓ ઔર ગેસ્ટરૂમમેં રખ દો.'

'પણ –'

'નો આર્ગ્યુમેન્ટ્સ – બસ, તારે હવેથી ત્યાં જ રહેવાનું છે.'

ફ્રાન્સિસનું મોં પડી ગયું. અહીંયાં તો ઈશાન એને પોતાની આગવી મિલકત જેવો લાગતો હતો, પણ ઈશાને જ્યારે હસીને કહ્યું, 'ચલો, ભાઈ, ડેરાતંબુ વહાં લગા દો !' ત્યારે એના મનનો ભાર થોડો હળવો થઈ ગયો. એને ખાતરી થઈ કે એના ફાધર હેરિસ ગમે તે રૂમમાં રહે, એનો ત્યાગ કરવાના નથી. 'જૈસા બોલો, ફાધર !' કહીને એ સામાન સમેટવા લાગ્યો. ઈશાન એટલું કામ જાતે જ કરી શકત. એને એ વધારે ફાવત, પણ એ જાણતો હતો કે ફ્રાન્સિસનું દિલ દુભાશે એટલે એણે ના ન પાડી. ચારપાંચ મિનિટમાં બધું પતી ગયું. અર્ણવ અધીરાઈથી રાહ જોતો હતો. એનો વાગ્પ્રવાહ ચાલુ જ હતો. 'તને કંઈ સમજ પડતી નથી. બિચારા આશુભાઈ પાસે ટાઇપરાઇટર મગાવ્યું – એમ બેચાર દહાડામાં કેટલી પ્રેક્ટિસ થાય અને કેવી નોકરી મળે ? એના કરતાં આવા માણસની મીઠી નજર થાય તો બેડો પાર ! જિંદગી લગી પાછું વાળીને જોવું ન પડે. અને હવે આવ્યો જ છે તો કંઈક તો કરવું જ

પડશે ને ?'

'હા, કંઈક તો કરવું જ પડશે.'

'તો વાત કરજે ને ! અબજપતિ છે માણસ, તારું કંઈક ને કંઈક ગોઠવી દેશે. તને શરમ આવતી હોય તો હું વાત કરું.'

'હમણાં નહીં.'

'વારું, ટેઈક યોર ઓન ટાઈમ ! અને ઈશાન...'

'જી !'

'જરા સભ્યતાથી વાત કરજે. હું તો કહું છું, તું જ ઉપર જઈ આવ ને ! સારું લાગે. તે છતાં એક વાર એમને આવવા દેવા હોય તોયે ખોટું નથી.'

'હં.'

'તે તને બાઇબલ આવડે છે ?'

'વાંચ્યું છે.'

'તારે રિવાઈઝ કરવું હોય તો નેન્સી ફ્રી હોય ત્યારે એની પાસે વાંચજે. ફ્રાન્સિસનો ટાઇમ ન બગાડવો, સમજ્યો ? એને ઘણું કામ હોય. તને મોઢામોઢ ના ન કહી શકે. પણ કંટાળે બિચારો !'

'વારુ.'

ફ્રાન્સિસના જ આગ્રહથી એની માએ આપેલું બાઇબલ આજે ઈશાને થોડી વાર વાંચ્યું હતું અને આંસુભરી આંખે ફ્રાન્સિસે એ સાંભળ્યું હતું, પણ એ વાત અર્ણવભાઈને કરવાથી કશો ફાયદો નહોતો. એ માને પણ નહીં અને સમજે પણ નહીં. અને આમેય પોતાનો બચાવ કરવાની વૃત્તિ ઈશાનને ખાસ હતી નહીં. ખુલાસા કોની આગળ કરવા ? શા સારુ કરવા ?

અર્ણવ અને શાલ્મલીનો ગેસ્ટરૂમ સરસ હતો. બે મોટી મોટી બારી, ડબલબેડ, ટેબલ-ખુરસી, કબાટ, ડ્રેસિંગ ટેબલ, એ. સી., પંખા, ગાલીચા બધું બહુ વ્યવસ્થિત લાગતું હતું. એક ખૂણામાં નાનું ટી. વી. અને ખાટલાની બાજુમાં જ નાના ટેબલ પર ટેલિફોન. અટેચ્ડ બાથરૂમમાં શાવર, ગીઝર, બાથટબ બધું જ અકબંધ સારી હાલતમાં હતું. સાચે જ એ મહેમાનો માટેનો ઓરડો હતો. કોઈ વ્યક્તિની લાક્ષણિક છાપ ત્યાં નહોતી. વપરાયા વગરના એ ઓરડામાં હવે ઈશાનને રહેવાનું હતું. ગાલીચો વાળીને થોડી જગ્યા કરવી પડશે. તો જ સૂવા માટે ચાદર પથરાશે. બાકી તો ચલાવી લેવાનું. જરાક અમથો સામાન. તેને ગોઠવતાં શી વાર લાગે ? પછી બારી પાસે જઈને જોયું તો અગિયારમે માળેથી કોઈ વૃક્ષ ઊંચું નથી લાગતું. બધાં

નાનાં, નીચાં, પોતે સૌથી ઉપર. ભારે વિચિત્ર લાગતું હતું. પક્ષીબક્ષી કંઈ નજર સામે નહીં – ફક્ત આકાશ. તેમાં પણ વાદળ બધાં સ્થિર થઈ ગયેલાં હતાં, જાણે એક ઝાંખો ભૂરો પડદો સામે તાણીને સૂત્રધાર સંતાઈ ગયો છે. રાહ જોયા કરો, ક્યારે ક્યાંક ગતિ દેખાય તેની...અચાનક ખ્યાલ આવ્યો, ઇપ્સિતાને સરખો જવાબ ન આપ્યો તે કંઈ સારું કર્યું ? એ તો હોંશભેર પોતાને લઈ જવા આવી હતી. કહ્યું હોત તો બાઈબલનું પાનું વંચાઈ રહેત ત્યાં સુધી ઊભી પણ રહેત, પણ પોતે તો એટલું જ કહ્યું, હમણાં કામ છે. કાલે રાતે પણ જરા સરખીયે વાત કરવા ન ઊભો રહ્યો. એવું શાથી કર્યું ? કોઈનું મન દૂભવીને શો ફાયદો થયો ? ઇપ્સિતાના પિતાને કદી જોયા નહોતા, પણ વયમાં તો મોટા હશે જ. તેમને અહીં આવવાની ફરજ પાડવી તે સારું કહેવાય ? આવી જાતનું વર્તન કરવામાં પોતાનો છૂપો અહંકાર તો નહીં હોય ? કે પછી બીક હશે... સ્ત્રીની બીક, દોલતની બીક. કદાચ અર્ણવભાઈની ઇચ્છાથી આડા ચાલવાની જ મઝા આવતી હોય. ચાલો, જે હોય તે ! એક વખત એ લોકોને ત્યાં જઈ આવવું જોઈએ. સંસારમાં પાછા ફર્યા પછી આવા બધા પ્રતિબંધ ચાલશે નહીં. જાતજાતના સંજોગો આવશે, જાતજાતના માણસો મળશે, એ બધાની વચમાં રહીને પણ આત્મચિંતનમાં મગ્ન રહેવાનું છે. પોતે શું એ કરી શકશે ? ક્યારેક લપસી જવાય તો ? એ કર્દમભૂમિથી અળગા જ રહેવું સારું નહીં ? ફ્રાન્સિસની ઓરડીમાં એના ફાધર હૅરિસ થઈને રહેવામાં એક જાતની સલામતી હતી. અહીંયાં જોખમ છે. ઉપર જવામાં વળી વધારે જોખમ છે. નીચે ઝોલાં ખાતા વડલા પરથી બેચાર પોપટ એકસામટા ઊડ્યા અને ભૂરા આકાશમાં લીલી લકીર ખેંચીને પાછા પર્ણઘટામાં સંતાઈ ગયા. હાલે નહીં તો શોધવા મુશ્કેલ થઈ પડે. લાલ ચાંચ લાલ ટેટા જેવી લાગે છે, લીલી પાંખો પાંદડા જેવી, પણ હાલ્યા વિના રહેતા નથી. કદાચ સંતાઈ રહેવું એ એમના જીવનનું ધ્યેય પણ નથી.

બારણે બેત્રણ ટકોરા મારીને અર્ણવ અંદર આવ્યો. એની પાછળ એક પંચાવન સત્તાવન જેટલી ઉંમરના દેખાતા સજ્જન હતા. ઈશાને એમની સામે હાથ જોડ્યા. એમણે પણ નમસ્કાર કરીને કહ્યું, 'આપને મળવાની ઇચ્છા હતી. મારી દીકરીએ કાલે આપને જોયા ત્યારથી મનમાં રટણ કર્યા જ કરે છે. મને થયું કે હું જ આવી જાઉં.'

'બેસો ને !' ઈશાને એમને ખુરશી બતાવી અને પોતે ખાટલાની ધારે બેઠો. અર્ણવ જરા વાર અનિશ્ચિત ભાવે ઊભો રહ્યો અને પોતાની હાજરીની કોઈને જરૂર નથી એમ લાગતાં 'આવું હં !' કહીને બહાર ચાલ્યો ગયો.

એના જવાથી થોડી નિરાંત લાગી હોય એમ નિરંજનભાઈ ખુરસીની પીઠને

બરોબર અઢેલીને બેઠા અને બોલ્યા, 'સ્વામીજી !'

'ના ના ના ! મેં આશ્રમ છોડી દીધો છે. ભગવાં પણ ઉતારી દીધાં છે. હવે મને એવું ન કહેવાય.'

'ઠીક, તો હું આપને શું કહીને બોલાવું ?'

'ઈશાન. મારું પહેલાંનું નામ પણ એ જ હતું.'

'તો ભાઈ ઈશાનભાઈ, હું આપને વિનંતી કરવા આવ્યો છું કે મારે ઘેર પધારો.'

'અરે, એમાં જાતે આવવાનું ન હોય.'

'પહેલાં કાગળ મોકલ્યો, પછી મારી દીકરી બોલાવવા આવી તોયે આપ પધાર્યા નહીં, પણ શું કરું ? મારે જાતે જ આવવું પડે ને !'

ઈશાન મૂંઝાઈ ગયો. તરત ઊભો થઈને કહેવા લાગ્યો, 'ના, ના ! મારે ન આવવાનું એવું કાંઈ ખાસ કારણ નથી. કહો તો અત્યારે જ જઈએ.'

'તો જઈએ.' ચારપાંચ કાચના કટોરામાં જુદો જુદો સૂકો મેવો ભરેલી કાચની થાળી લઈને આવેલા ફ્રાન્સિસ સામે સસ્મિત નજરે જોઈને નિરંજનભાઈએ બે સૂકી દ્રાક્ષ મોંમાં મૂકી અને ચાલવા માંડ્યું. ઈશાન એમની પાછળ હતો. બારણા આગળ ઊભા રહીને એમણે ઈશાનને આગળ કર્યો અને પોતે વિવેકથી પાછળ ચાલ્યા.

અર્ણવ સામેથી આવતો હતો. એણે કહ્યું, 'અરે, એટલામાં ? બેસો ને !'

'બીજી કોઈ વાર નિરાંતે બેસીશું. આજે તો આમને લેવા જ આવ્યો છું.'

નિરંજનભાઈ ઈશાનને લઈને ચાલ્યા ગયા. શાલ્મલીને પોતાની એકે છટા દેખાડવાનો મોકો ન મળ્યો. અર્ણવ પર ખીજ કાઢતાં એ બોલી, 'તમે છો જ એવા. જરા વાર વધારે બેસાડવાનો આગ્રહ તો કરવો જોઈએ કે નહીં ?'

'ધીરે ધીરે બધું થશે, પણ હવે તારા આ દિયેરને જરા સાચવજે, સમજી ?'

'એમાં હવે કહેવું નહીં પડે...અને હા, નેન્સીની ટીચરે આપણને મળવા બોલાવ્યાં છે. તમે લન્ચ અવરમાં આવશો ને ?'

'તું જ જઈ આવજે ને ! કંઈ ડૉનેશનની વાત હોય તો ઝટ આંકડો બહાર ના પાડતી.'

'વારુ.' શાલ્મલીને એ વાત પસંદ પડી.

ઈશાન નિરંજનભાઈની સાથે એમને ઘેર ગયો ત્યારે ઇપ્સિતા તરત જ સામી આવી અને નીચી નમીને પગે લાગી. ઈશાન આગલા દિવસની જેમ જ ખસી ગયો અને સહેજ અસ્પષ્ટ સ્વરે બોલ્યો, 'ના, હવે એવું બધું નહીં કરવાનું.'

'કેમ, ઈશાનબાબા ?'

'હવે હું પાછો આવી ગયો છું. પ્રણામને યોગ્ય નથી રહ્યો.'

'એ મને નક્કી કરવા દો, પણ હમણાં તો મારે તમને રજત પાસે લઈ જવા છે. પપ્પા, તમે એમને વાત કરી ?'

'ના, હજુ નથી કરી.'

'તો પછી હું કહું. નહીંતર ચાલોને લઈ જ જઈએ. એ તો બિચારો જાગતો જ હશે ને !'

'જાગતો કે ઊંઘતો – એને હવે શો ફેર પડે છે ?' નિરંજનભાઈએ નિસાસો નાખ્યો.

'કેમ ? રજત માંદો છે ? શું થયું છે એને ?' ઈશાને સરળ સ્નેહભાવે પૂછ્યું.

'તમે જ જુઓ ને ! રજતને તો...' આંખમાં ઊભરાઈ જતાં આંસુ હાથના પહોંચાથી લૂછીને ઇપ્સિતા બોલી, 'એટલે જ અમે તમને બોલાવેલા, પણ હવે ચાલો, તમે જાતે જ જુઓ.'

ઇપ્સિતાની પાછળ પાછળ ચાલતાં ઈશાનના મનમાં પશ્ચાત્તાપ જાગ્યો. અરે, પોતે તો પોતાના વૈરાગ્યની રક્ષાના વિચારોમાં જ રત રહ્યો. આ સંતપ્ત વ્યક્તિઓને પોતાની આવવાની આનાકાનીથી કેટલું દુઃખ પહોંચ્યું હશે ! પીડિતોનાં આંસુ લૂછનાર જિસસની વાણીનો શુકપાઠ કરવામાં પોતે જિસસનો જીવનસંદેશ જ ભૂલી ગયો એ સારું ન થયું.

રજતનો ઓરડો ઘણો વિશાળ હતો. એને ખંડ જ કહેવો પડે. ઐશ્વર્યના પણ પ્રેમમાં પડી જવાય એવી અનુપમ સજાવટ હતી એની. લક્ષ્મીનું પ્રદર્શન નહોતું, પણ એકેએક ચીજની રમણીયતા અને અનન્યતા આખરે તો વિપુલ ધનરાશિ વિના સંભવિત નહોતી. ઈશાનને આવો કંઈક ઝાંખો ખ્યાલ આવે ન આવે ત્યાં તો એની નજર રજતના દેહ પર પડી. પોપચાં ખુલ્લાં હતાં અને શ્વાસોચ્છ્વાસ ચાલતો હતો એટલે એને નિષ્પ્રાણ ન કહી શકાય એટલું જ. બાકી ક્યાં એ ગંગાના શીતળ તરંગો સાથે રમતો આરોગ્ય અને યૌવનથી પરિપૂર્ણ દેહ અને ક્યાં આ પલંગમાં પડેલું માળખું !.. તો આ છે માનવદેહની બલિહારી. એની જટિલ રચનામાં ક્યાંક કંઈક આડુંઅવળું થયું કે આખો સંચો ભંગારમાં ફેરવાઈ જાય. તમે કાંઈ કરી ન શકો, બસ ! અસહાયપણે જોયા કરો. આવું પણ થઈ શકે. ગમે ત્યારે, ગમે તેને થઈ શકે. ખેલના મેદાનમાંથી ખેલાડી એક કોરે ફેંકાઈ જાય, ભુલાઈ જાય. વાત પતી જાય. અને આ બધું જાણવા છતાં કોઈ ખેલ છોડતું નથી. ઈર્ષ્યા, ઝનૂન અને દ્વેષમાં જીવનની અમૂલ્ય પળો ખોવાઈ જાય છે.

રજતની છેક પાસે જઈને ઈશાને ગંભીર સ્વરે કહ્યું, 'રજત !'

રજતની આંખો એના તરફ ફરી કે પછી એ ભાસ હતો ? ઈશાને ફરી એક વખત પોતાની સમગ્ર પ્રાણશક્તિ કેન્દ્રિત કરીને એને બોલાવ્યો, 'રજત !'

આ વખતે રજતની આંખમાં પરિચયનો ચમકારો નિશ્ચિતપણે દેખાયો. એના ઓઠ સહેજ ફફડ્યા અને પછી એની બન્ને આંખોમાંથી આંસુના રેલા વહી ચાલ્યા. જીવનની આટલી નિશાનીથીયે અભિભૂત થઈને નિરંજનભાઈ ઇપ્સિતાના શબ્દો સંભારવા લાગ્યા – 'ધિસ ઈઝ ધેટ મિરેકલ !'

ઇપ્સિતાએ પલંગની બાજુમાં ખુરસી ખસેડીને ઈશાનને કહ્યું, 'બેસો, બાબા !'

ઈશાન જરાયે આનાકાની વિના બેસી ગયો. શો ફરક પડતો હતો ઇપ્સિતા એને બાબા કહે કે ન કહે તેથી ? આ ખંડમાં અત્યારે એક જ હકીકત સર્વોપરી હતી. ગળતા માટલામાંથી ટીપે ટીપે ઝરી જતા પાણી જેવી રજતની જીવનધારા. ઉલ્લાસ અને ઉમંગથી ઊછળતો એ ઓમકારગિરિના આશ્રમમાં આવીને પૂછતો હતો – બાબા, અથાતો બ્રહ્મજિજ્ઞાસા એટલે શું ? એની મોટી મોટી સુંદર આંખોમાં એક મુગ્ધતા હતી, વિનય હતો, તત્ત્વ પામવાની ઇચ્છા હતી. કોઈ પણ વિષય ચાલતો હોય, અંતે ઊઠતી વખતે એ બેચાર વાર તો અચૂક કહેતો, 'બાબા ! હું ફરી આવીશ, હોં !' ઈશાન દર વખતે હસીને કહેતો, 'જરૂર આવજે !'

ઉત્તરકાશી છોડતી વખતે એ ગળગળો થઈ ગયેલો. મનાઈ કરવા છતાં એણે ઈશાનના પગ પકડી લીધા હતા. પરાણે એના હાથ પકડીને પોતાના માથા પર મૂકી દીધા હતા. ઈશાને જ્યારે ઓમકારગિરિના આશીર્વાદ લેવાનું કહ્યું ત્યારે બાળકની જેમ બોલી ઊઠ્યો હતો, 'નહીં. એ તો દાદાગુરુ છે બાબા ! એમની પાસે પછી જઈશ. પહેલાં તમે મને આશીર્વાદ આપો.' અને ઈશાને એના માથા પર હાથ મૂકીને સાચા મનથી કહ્યું હતું, 'કલ્યાણ થાઓ !'

એ આશિષનું શું આ ફળ હતું ? યૌવનને પગથારેથી જ એ તો પાછો વળી જતો હતો. નિયંતાએ એને માટે પૂર્ણ આયુ નહીં નિર્ધાર્યું હોય ?... એની બ્રહ્મજિજ્ઞાસા આ અવતારમાં શું અધૂરી જ રહી જશે ? .... ઈશાને એક વખત સ્નેહથી એના માથા પર હાથ મૂક્યો અને ઇષ્ટ મંત્રના અજપાજાપમાં એ ખોવાઈ ગયો. કેટલો સમય પસાર થઈ ગયો હશે એનું ઈશાનને ભાન ન રહ્યું. ખંડમાં ગોઠવેલી વસ્તુઓ જેટલી જ શાંત નર્સે બહુ આસ્તેથી કહ્યું, 'અબ સ્પન્જ કરના પડેગા.' ત્યારે એ ઊઠ્યો અને રજત સામે જોઈને બોલ્યો, 'રજત ! આનંદમાં રહેજે.'

બહાર નીકળતાં નિરંજનભાઈને થયું, 'આવા કેવા આશીર્વાદ ? સારા થવાનું

કે જીવતા રહેવાનું તો બોલ્યા નહીં.' પણ ઇપ્સિતા ખુશ હતી. એના દિલમાં પૂરી શ્રદ્ધા હતી કે રજત જરૂર સાજો થઈ જશે. ભગવાને ઈશાનબાબાને એને માટે જ અહીં મોકલ્યા છે. ભલેને એમને વાળ ઊગવા માંડ્યા, ભલેને એમણે સફેદ કપડાં પહેર્યાં, એ ઈશાનબાબા જ હતા.

'એને શું થયું છે ?' ઈશાને પૂછ્યું.

'જ્ઞાનતંતુઓની જ કંઈ ગરબડ છે. ડૉક્ટરો જાતજાતનાં નામ આપે, પણ આપણે તો એટલું જાણીએ કે હાલત બગડતી જાય છે. એને કેટલું ભાન છે એય સમજાતું નથી.' નિરંજનભાઈએ નિસાસો નાખ્યો.

'તો કોઈ હૉસ્પિટલમાં ન લઈ જવાય ?'

'રાખ્યો હતો ને ! ઘણા દિવસ ત્યાં રહ્યો. બધી તપાસ કરી, જાતજાતના ઇલાજો કર્યા. પછી એમના કહેવાથી જ અહીં ઘરે લઈ આવ્યા. ત્યાંનો મોટો ડૉક્ટર રોજ એક વખત આવી જાય છે.'

'શું કહે છે ?'

'શું કહે ? જોવાનું, શું થાય છે તે.. ટ્રીટમેન્ટ ચાલે છે, પણ કોઈ ગેરન્ટી નથી. મને તો લાગે છે હવે કંઈ આશા જેવુંયે નથી.' મનમાં રાત-દિવસ અબોલપણે ઘૂમતો રહેતો ભય એકાએક આ સાદાસીધા માણસ પાસે પ્રગટ થઈ ગયો. નિરંજનભાઈને જરા શરમ આવી. સાથે થોડી રાહત પણ લાગી.

'એવું ન બોલો. ભગવાને શું ધાર્યું છે એની આપણને શી ખબર ?' ઈશાને કહ્યું.

'એ સાચું.'

ઇપ્સિતાએ સમારેલાં ફળની તાસક આણીને મૂકી. આનાકાની કર્યા વગર ઈશાને એમાંથી પીચના બે ટુકડા લીધા. નિરંજનભાઈના અને ઇપ્સિતાના હાથમાં મૂક્યા. એને માટે એમ કરવું સ્વાભાવિક હતું, પણ નિરંજનભાઈને સહેજ અતડું લાગ્યું. એમણે ઇપ્સિતાની સામે જોયું અને પછી એની માફક જ ફળવાળો હાથ માથે અડાડીને ચીરીઓ મોંમાં મૂકી. નૅપ્કિનથી હાથ લૂછતાં એ બોલ્યા, 'મારી એક વાત મનશો, બાબા ? રજત છે ત્યાં લગી તમે અહીં મારે ત્યાં જ રહેવાનું રાખો.'

'નીચે જ છું ને ! આવી જઈશ રોજ બે વાર.'

'તમને વાંધો ન હોય તો હું મિસ્ટર પરીખને રિક્વેસ્ટ કરું. એ રજા આપે તો તો હરકત નથી ને ? અહીં તમારી તમામ સગવડ સચવાશે. તમે જેમ કહેશો એમ બધી ગોઠવણ કરી દઈશું.'

ઈશાન વિચારમાં પડી ગયો. રજા તો અર્ણવભાઈની નહીં, ફ્રાન્સિસની લેવાની હતી. એ અગિયારમા માળના ત્રીજા નંબરના ફ્લૅટમાંથી પોતે નીકળી જાય તો બીજા કોઈને દુઃખ થવાનું નહોતું... પણ પોતે અહીં આવીને રહે તે ઉચિત ગણાય ખરું ? સંન્યાસની દૃષ્ટિએ કે સંસારની દૃષ્ટિએ ?

'બાબા ! આવશો ને ?' ઇપ્સિતાએ પૂછ્યું. 'પપ્પાને સારું લાગશે.'

ઠીક છે, એક ચિંતાતુર પિતાને થોડું ઘણું આશ્વાસન મળતું હોય તો જીદ શા સારુ કરવી ? ક્યાંક નહીં ને ક્યાંક રહેવાનું તો છે જ. પદ્મરાગના પાંચમા માળે નહીં તો 'ધ નેસ્ટ'ના અગિયારમા માળે. ફ્રાન્સિસની ખોલીમાં કે ગેસ્ટ રૂમમાં કે પછી અહીંયાં. શો ફરક પડે છે ?

'વારુ, એમ કરીએ.'

'બહુ મહેરબાની થઈ. ઇપ્સિતા ! તું એમનો સામાન લેવડાવી આવ. સાથે બે જણને લઈ જજે.'

ઈશાન હસ્યો, 'એટલો બધો સામાન નથી. ફ્રાન્સિસ લઈ આવશે.'

'તો હું મિસ્ટર પરીખને ફોન કરી દઉં ? કે જાતે જઈ આવું ?'

'ના ના, ફોન ચાલશે.'

ઈશાન જાણતો હતો, અર્ણવભાઈ તરત રજા આપી દેશે. ઊલટાની એમને રાહત થશે. એમને અને શાલ્મલીભાભીને અને નેન્સીને, કદાચ આશુતોષભાઈને જણાવવું પડશે. એમણે કહ્યું હતું, 'મને જણાવ્યા વગર કશું આડુંઅવળું ગોઠવતો નહીં.' પણ આ ક્યાં આડુંઅવળું છે ? અને ક્યાં કાયમનું છે ?... તોયે જણાવી દેવું સારું.

'શું વિચાર કરો છો ?'

'કંઈ નહીં. પછી એક વાર મારા મોટા ભાઈને ખબર આપી દઈશું.'

'હમણાં જ ફોન કરી દઈએ. નંબર યાદ છે ?'

'ના, અને એવી કશી ઉતાવળ પણ નથી.'

'ઇપ્સિતા ! તું એમને એમનો રૂમ બતાવ. રજતની પડખેનો ફાવે તો તે, નહીંતર પછી એકદમ એકાન્ત જોઈતું હોય તો બાજુની વિંગમાં.'

'ના, હું રજતની બાજુમાં જ રહીશ.'

'તો તો બહુ સારું.' નિરંજનભાઈ ફોન જોડવા લાગ્યા. ઈશાન ઇપ્સિતાની સાથે ચાલવા માંડ્યો. ઉત્તરકાશી આવી ત્યારે વધારે ચંચળ હતી. રજતનો શાસ્ત્રાભ્યાસ એને પસંદ નહોતો. આશ્રમના વાતાવરણનો કોઈ વિરોધ નહોતો તો અભિમુખતા પણ નહોતી. હવે તો એમ લાગે છે કે એ સંસાર અને સંન્યાસની સંધિક્ષણે આવીને ઊભી

છે. રજતની માંદગીએ એને ખૂબ આર્દ્ર અને અંતર્મુખ બનાવી દીધી છે. પ્રભુ, એનો શોક હરો ! ઈશાનથી અનાયાસે પ્રાર્થના થઈ ગઈ પછી પાછો એ સભાન બની ગયો. કોણ હતો એ મોટો એક જીવાત્મા અને પરમાત્માની વચ્ચે દલાલી કરનારો ? દરેકને પોતપોતાનો સીધો સંબંધ છે, જે જોઈએ તે માગી શકે અને એને આપવું હોય તો આપે. એના દરબારમાં લાંચરુશવત, બળજબરી કશું જ ચાલતું નથી. તોયે લોકો છેલ્લી ઘડીએ તો સૂંઢમાં કમળફૂલ લઈને આર્ત સ્વરે પોકાર કરતા હોય છે અને ક્યારેક એમનો મોક્ષ થાય છે પણ ખરો. એમની પ્રાર્થના તત્કાળ સંભળાય છે અને સ્વીકારાય છે પણ ખરી. શું છે આ બધું ?

રજતની બાજુનો ઓરડો લગભગ એટલો જ મોટો હતો. ફર્નિચર ઓછું હોવાને લીધે કદાચ વધારે મોટો લાગતો હતો. એક બાજુની ભીંત પર કોઈ ગ્રીક પુરાણકથાનું કલ્પનાચિત્ર હતું. નરનારીના દેહસૌષ્ઠવનું એ અનાવૃત્ત પ્રદર્શન જોઈ ઈશાનની આંખો ઢળી ગઈ.

'સૉરી, બાબા ! મને ખ્યાલ ન રહ્યો. હમણાં જ ઊતરાવી દઉં છું.' ઇપ્સિતા બોલી.

'કંઈ નહીં. તમને પહેલેથી ખબર જ નહોતી ને !'

'બીજું કોઈ ધાર્મિક ચિત્ર મુકાવું ?'

'જરૂર નથી.'

'જરા રૂમ જોઈ લો ને ! કંઈ જોઈતું હોય તો મગાવી લઈએ.'

'લાગતું તો નથી.'

'તમે આરામ કરો. કંઈ કામ હોય તો આ બટન દબાવજો. તરત જ કોઈ આવશે. ને ઊભા રહો – આ ફોન; હં, એ પણ બરાબર ચાલે છે. ને બાબા ! ભોજનમાં શું લેશો ?'

'જે. હશે તે ચાલશે.'

'તો પણ ?'

'આમ તો રોટલી ને દાળની ટેવ છે. શાક પણ ચાલે. બીજું કંઈ લેતો નથી.'

'અમારી સાથે ટેબલ પર જમશો ?'

'જરૂર.'

'બાબા ! યાદ છે, ઉત્તરકાશીમાં હું ને રજત કેવાં આશ્રમને રસોડે જમવા બેસી જતાં ? મને નહોતું ભાવતું, પણ રજત તો તમારી જાડી જાડી રોટલીઓ આરામથી ખાઈ જતો !' પછી એ ગંભીર થઈ ગઈ. ઈશાનની નજર સાથે એની

નજર મળી. એક તરફથી ચિંતાના ઓઘ ઊછળતા હતા, બીજી તરફ વાત્સલ્યભરી શાંતિ હતી. જરા વાર ઊભી રહીને ઇપ્સિતા ચાલવા લાગી. એના કંઠમાંથી એક ડૂસકું નીકળી ગયું.

'અત્યારે તો પિતાજીને પણ તમારે જ હિંમત આપવાની છે ઇપ્સિતા !'

'જાણું છું.' કહી આંખો લૂછતી લૂછતી એ જતી રહી.

ઈશાનને મન થયું કે થોડી વાર પદ્માસન વાળીને બેસે. મંત્રજપમાં તલ્લીન બનીને આ દુનિયાથી થોડો સમય વિશ્રાન્તિ મેળવે, પરંતુ બેચાર મિનિટમાં જ કોઈનાં પગલાં સંભળાયાં. આંખો ખોલી તો નિરંજનભાઈના નોકર સાથે ફ્રાન્સિસ ઊભો હતો.

'આવ આવ ફ્રાન્સિસ !'

ફ્રાન્સિસે સલામ કરીને સામાન ગોઠવવા માંડ્યો. એને ઘણીબધી ફરિયાદો કરવી હતી, થોડું રિસાવું હતું, પણ એ કશું બોલી ન શક્યો. કામ પતાવીને જરા વાર ઊભો રહ્યો. એ ઈશાનના બોલવાની રાહ જોતો હતો. ઈશાને એને હસીને પૂછ્યું, 'રૂઠ ગયા ફ્રાન્સિસ ?'

'નહીં નહીં ફાધર ! ઐસા કભી મત બોલના. મગર એક બાત હૈ.'

'બોલો.'

'શેઠ લોગ કા બચ્ચા બીમાર હૈ, આપ યહાં રહિયે, જરૂર રહિયે, મગર...'

'ક્યા ?'

'પરમિશન ચાહિયે ફાધર ! હમ હરરોજ એક બાર આયેગા. આપકો દેખેગા. ચૂપકેસે ચલા જાયેગા. કોઈ ડિશ્ટબ નહીં કરેગા આપકો. હમ આ સકતા હૈ ફાધર ?'

'ક્યોં નહીં ?'

એ ખૂબ ખુશ થઈ ગયો. 'હમ અચ્છા આદમી બનેગા અબ ફાધર. આપ દેખ લેના. એક બાર માકે પાસ ભી જાયેગા, જરૂર જાયેગા !'

'જરૂર જાના ફ્રાન્સિસ.'

'જિસસકા મરજી હોગા તો આપકો ભી લે જાયેગા ફાધર.'

'દેખેંગે !'

ફરી વાર સલામ કરીને ફ્રાન્સિસ ચાલ્યો ગયો. ભાવનાનો એક પ્રવાહ જાણે એ ઓરડાને ભીંજવી ગયો. ઈશાન મનની સમતુલા પાછી સ્થાપવાનો પ્રયાસ કરતો હતો. એટલામાં રજતની નર્સ બારણે ટકોરા મારીને અંદર આવી. 'કેન યૂ કમ ફોર અ મિનિટ, સર ? ધ ડૉક્ટર વુડ લાઈક ટુ સી યૂ !'

ડૉક્ટર માર્શલ સામાન્ય ઊંચાઈના ગોરા અને ચશ્માંવાળા સજ્જન હતા.

ડૉક્ટર કરતાં બૅન્કર કે પ્રોફેસર જેવા વધારે લાગતા હતા. સૌમ્ય અને ગંભીર. ઈશાન સાથે આદરપૂર્વક હાથ મેળવીને કહેવા લાગ્યા, 'આઈ એમ હેપી યૂ આર હિયર – બટ પ્રોમિસ મી, યૂ વોન્ટ સ્ટૉપ ધ મેડિસીન.'

'વ્હાય શૂડ આઈ ?'

ડૉક્ટરને નિરાંત થઈ ગઈ. આજ લગીમાં એમના એટલા બધા ગંભીર કેસોમાં દર્દીનાં સગાંવહાલાંએ વૈદ હકીમ સાધુ બાવા કે માંત્રિક તાંત્રિક જ્યોતિષીઓને વચ્ચે નાખીને બધું બગાડી નાખ્યું હતું કે એમને કોઈ પણ અજાણ્યા ઉપચારમાં જરાયે શ્રદ્ધા નહોતી. ઊલટાનો ડર લાગતો હતો. આજે એમને રજતની હાલતમાં જરાક સુધારો દેખાયો એટલે એ ખુશ થઈ ગયા. તેનો લાભ લઈને નિરંજનભાઈએ એમને ઈશાનની વાત કરી. તરત પાછા એ ચિંતામાં પડી ગયા. જ્યાં લગી એક ટકોયે આશા હોય ત્યાં લગી ઉપચાર બંધ ન કરવા જોઈએ એવું એ માનતા હતા. ઈશાનને જોઈને અને એની સાથે વાત કરીને એમને શાંતિ લાગી. રજતના રોગ વિશે એ ઝીણવટથી સમજાવવા જતા હતા ત્યાં એમને વિનયપૂર્વક અટકાવીને ઈશાને કહ્યું, 'હું ડૉક્ટર નથી ને આ મારો વિષય નથી. આપ આપનું કામ ખુશીથી કરો. એમાં મારા તરફથી કોઈ વિઘ્ન નહીં આવે.'

'તો પછી તમે કરશો શું ?'

'કંઈ નહીં. માત્ર પ્રાર્થના અને જપ.'

'એટલેથી શું થાય ?'

'આપણે જોઈએ. ક્યારેક પ્રબળ સંકલ્પનાં આંદોલનો દર્દીની ચેતનાને સ્પર્શી જાય તો એની જિજીવિષા જાગ્રત થાય પણ ખરી.'

અંગ્રેજીમાં ચાલેલો આ વાર્તાલાપ રજતના પલંગની બાજુમાં જ થતો હતો. ઈશાને ડૉક્ટરને આઘે આવવા ઇશારો કર્યો. ડૉક્ટરને ખાતરી હતી કે રજત કશું સાંભળી શકતો નથી. ઈશાનને એવી ખાતરી નહોતી. વાતચીત પતી ગઈ અને ડૉક્ટરને સંતોષ થયો કે ઈશાન રજતને કશું ખવડાવવા-પીવડાવવાની કે ઔષધ આપવાની ચેષ્ટા નહીં કરે. જતાં જતાં એમણે કહ્યું, 'આઈ વિશ યૂ ગૂડ લક !'

'થૅન્ક યૂ સર !' કહી ઈશાન પાછો પોતાના ઓરડામાં ગયો. આ થોડા દિવસમાં આ તેનો ત્રીજો મુકામ હતો. ખબર નહીં હજી ક્યાં ક્યાં ફરવું પડશે ને કેટલા મુકામ બદલાશે. હજી જમવાની વાર હતી. ફરી એક વાર આસન વાળીને એ ધીરે ધીરે જપ કરવા લાગ્યો. પહેલાં મોટેથી પછી ધીરેથી અને છેલ્લે મનમાં. શ્વાસોચ્છ્વાસની ગતિ સાથે લય જાળવીને મંત્રનું ગુંજન મનમાં ને મનમાં થવા લાગ્યું.

ઈશાન એના ચિરપરિચિત આનંદવ્યોમમાં વિહાર કરવા લાગ્યો.

એ જાગ્યો ત્યારે ઇપ્સિતા બારણા પાસે જ ઊભી હતી. કોઈક દેવાલયમાં એણે આવી જ સુંદર દ્વારપાલિકાની પ્રતિમા જોઈ હતી – અજાણતાં જ એની આંખો પેલી ભીંત તરફ ગઈ. ચિત્ર ત્યાં નહોતું.

'ઊતરાવી લીધું છે, બાબા !'

'તમે – ક્યારનાં ઊભાં છો ઇપ્સિતા ?'

'હું તો ક્યારનીયે અહીંયાં છું – તમે જાગો એની રાહ જોતી હતી. હવે જમવા આવશો ? પપ્પા બેસી રહ્યા છે.'

'અરે, મને બોલાવવો જોઈએ ને !' ઈશાન તરત જ ઊઠ્યો અને હાથ-મોં ધોઈને બહાર નીકળ્યો.

ટેબલ પર એને માટે કેળનું પાન મૂકેલું હતું. આશ્રમમાં બનતી તેવી જ ફક્ત હળદર-મીઠાવાળી જાડી દાળ અને ગરમાગરમ કોરી રોટલી ખાઈને ઈશાન સંતુષ્ટ થઈ ગયો. બેત્રણ શાકમાંથી એણે ફક્ત એક જ લીધું. ચોથી કોઈ પણ ચીજનો આગ્રહ એણે સ્વીકાર્યો નહીં એટલે નિરંજનભાઈ થોડા નિરાશ થયા, પણ ઇપ્સિતાએ ખડખડાટ હસીને કહ્યું, 'મને ખબર છે, એ આવું જ ખાય છે. અને સાંજે તો જમતા પણ નથી. ખરું ને બાબા ? કે હવે બે વાર ખાઓ છો ?'

'ના. હજી તો નથ. ખાતો.'

ઇપ્સિતાએ પરમ સંતોષથી નિરંજનભાઈની સામે જોયું. એ કહેવા માગતી હતી કે જુઓ, કેવા સરસ છે મારા બાબા ? નિરંજનભાઈએ મંદ સ્મિત કર્યું. કંઈ નહીં તો આ માણસના આવવાથી ઇપ્સિતા તો રાજી થઈ !

પાછા ફરતી વખતે ઈશાન રજતના બારણા આગળ થંભ્યો. અંદર જઈને રજતને માથે હાથ મૂકીને પાછા વળવાની તેને ઇચ્છા હતી, પરંતુ પાસે જતાં તેણે રજતના ચહેરા પર કંઈ એવા ભાવ જોયા કે તે બાજુમાં બેસી ગયો. એનો હાથ પકડીને વાત કરવા લાગ્યો.

'તને યાદ છે, રજત ? અથાતો બ્રહ્મજિજ્ઞાસા ! બ્રહ્મને જાણ્યા વગર જ આ ખોળિયું છોડી દઈશ ? ફરી પાછો આવો સુયોગ ક્યારે આવશે ? જાગી જા ! સાજો થઈ જા ! જો, મારી સામે જો રજત ! મને ઓળખે છે ને ? હું ઈશાન, ઈશાનબાબા ! ઓળખાણ પડે તો આંખો બે વાર બંધ કર. અરે વાહ ! હવે તો સારો થઈ જ જવાનો તું. તારા પપ્પા મને અહીં રહેવાનું કહે છે. તારી ઇચ્છા ન હોય તો આંખો બંધ જ રાખ. અને મને તારી પાસે રાખવાની ઇચ્છા હોય તો આંખો બે વાર ઉઘાડીને

બંધ કર. શાબાશ ! તો પછી હું રહું છું. તારી પાસે જ. તને ગમશે ને ? તું સાજો થઈ જઈશ પછી આપણે ફરી વાર વેદાન્તનો અભ્યાસ કરીશું. ઉત્તરકાશી જઈશું. તને ગંગામાં નહાવાનું મન નથી ? કહે જોઉં, પાંપણ હલાવીને જવાબ આપ જોઉં !'

નર્સે મૃદુતાથી કહ્યું, 'સર, હી વિલ ગૅટ ટાયર્ડ !'

'ઓહ, સો સૉરી !' કહી ઈશાન ઊઠવા ગયો. તો એણે અત્યંત આશ્ચર્ય સાથે જોયું કે રજતે પરાણે પોતાનો હાથ ઊંચકીને એની આંગળી પકડી લીધી હતી. નર્સ આંખો ફાડીને જોઈ રહી, 'આઈ કાન્ટ બિલીવ ઇટ !'

ઈશાને પ્રેમથી કહ્યું, 'રજત ! બેટા રજત ! હું તારી પાસે બેસું ?'

રજતે બે-ત્રણ વાર આંખો પટપટાવી. ઈશાને એના માથા પર હાથ મૂકીને કહ્યું, 'હવે તું સૂઈ જા, રજત ! હું તારી પાસે જ બેઠો છું. હું તને મૂકીને ક્યાંય નથી જવાનો. અહીંયાં જ છું, તારી પાસે જ. ચાલ, મનમાં ને મનમાં બોલ જોઉં, આ હાડમાંસનું પૂતળું હું નથી. હું તો અક્ષર અવિનાશી ત્રિકાળરહિત બ્રહ્મ છું. હું આનંદસ્વરૂપ છું, હું સર્વશક્તિમાન છું. હું આત્મા છું. દેહ નથી. મને શૈશવ નથી, યૌવન નથી, જરા નથી. મને રોગ નથી, મૃત્યુ નથી, શોક નથી, ભય નથી. હું સચરાચરમાં વ્યાપ્ત સનાતન ચૈતન્ય છું. બોલ ઓમ્....હરિ : ઓમ્ !'

રજતના હોઠ ધ્રૂજ્યા અને પાનખરનું પહેલું પાંદડું ખરીને સૂકા ઘાસની પથારી પર પડતાં કરે એવો અત્યંત આછો અવાજ આવ્યો. 'બા...બા !'

૫

ઈશાનને લાગ્યું કે તે એક ટાપુ પર ફેંકાઈ ગયો છે.

એ બેટની આસપાસ નજર ઠેરવવાનું કશું સાધન ન મળે. નિસ્તરંગ નિશ્ચલ મહાજલનિધિ એના જેવી જ નીલશ્વેત ક્ષિતિજને ક્યાં સ્પર્શે છે તેય સમજાતું નથી. વચ્ચે છે આ સ્વયંભૂ દ્યુતિથી ઝળાંહળાં થતો હિમદ્વીપ, જેના પર તે એકલો અટૂલો ઊભો છે. ક્યાંય કશો જીવનનો સંચાર નથી, બધું સ્તબ્ધ, શાંત – કશાકની વાટ જોતું. અહીં શ્વાસ લેવો પણ અપરાધ લાગે. દેવોના આ મહાલયની અપૂર્વ રચના સામે દૃષ્ટિ ટકરાઈને પાછી વળી શકતી નથી, એમાં જ વિલીન થઈ જાય છે. ધન્યતાની આ ક્ષણે એક અજાણી ભીતિનો સ્પર્શ થયો અને ઈશાન પાછો રજતના ખંડના ઇંદ્રિયગમ્ય જગતમાં આવી ગયો.

ખૂબ બધા માણસો હતા. રજત પોતે, ઇપ્સિતા, નિરંજનભાઈ, ડૉક્ટર માર્શલ, નર્સ, બીજા બેત્રણ નોકરો. બધા ધીમે ધીમે બોલતા હતા, પણ ઈશાનને તો હવે નજરોનો પણ ભાર લાગતો હતો. કોઈ કંઈ પૂછે એ પહેલાં એ ઊભો થઈ ગયો અને આસ્તેથી બોલ્યો, 'મને બહુ થાક લાગ્યો છે.' અને કોઈની સામે જોયા વગર બહાર ચાલ્યો ગયો. પગ એમની મેળે જ ચાલતા હતા, એમની મેળે જ અટકી ગયા.

ઢીલોઢસ થઈને ઈશાન ખાટલાની ધારે બેસી ગયો. શું થઈ ગયું આ બધું ? કર્તૃત્વના અહંકારે આખરે તેને ડસી લીધો ? રજત સાજો થવાનો હોત તો એમ ને એમ ન થઈ જાત ? પોતે મધ્યસ્થ થવાની કશી જરૂર નહોતી. શું કામ તેણે રજતની ડૂબી જતી ચેતનાને જોરજોરથી ઢંઢોળી ? જે બ્રહ્મજ્ઞાન મેળવવાનું પ્રલોભન આપીને તેણે રજતને પાછો વાળ્યો તે પોતાને ખુદને થયું છે ખરું કે તે કોઈને આપી શકે ? આંખોમાંથી આંસુ સરવા લાગ્યાં. મગજ તો બહેર મારી ગયું હતું, હૃદય વહેવા માંડ્યું. કેટલો વખત આ પશ્ચાત્તાપમાં વીતી ગયો તેનો કશો ખ્યાલ ન રહ્યો. અચાનક ઢળતા સૂરજનું એકાદ કિરણ બારીના કાચને અથડાઈને ઈશાનના ચહેરા પર એવું પથરાયું, જાણે દોસ્તારે ટપલી મારી. બારીની બહાર ધ્યાન ગયું તો વ્યોમના વિશાળ વિસ્તારમાં કશા પ્રયોજન વિના થોડી નાની વાદળીઓ સહેલગાહે નીકળી

છે. આકાર, ભાર, વર્ણ કશાની જરાયે તમા છે નહીં. બસ, લહેરથી તર્યે જાય છે. રહેશે ત્યાં લગી રહેશે, પછી વીખરાઈ જશે. વાદળીઓને જોયા કરવાથી બહુ સારું લાગ્યું. મનમાં ને મનમાં જાણે હસી પડાયું. પોતે શા માટે આવો બ્રહ્માંડનો ભાર માથે લઈને ફરે છે ? જે પળે જે થયું તે ખરું. પ્રભુએ જે કરાવ્યું તે ખરું. કર્તૃત્વનો અહંકાર તે વેળાએ નહીં, હવે પીડતો હતો પોતાને. શાની આ આત્મગ્લાનિ ? જે પળે રજતને જેની જરૂર હશે તે જ મહામાયાએ હાજર કર્યું હશે ને ? એની લીલા જોયા કરવાની – મહીં ખેંચાઈ જઈને મલકાવાની ને રડવાની શી જરૂર ?

આંખો લૂછી નાખીને ઈશાન ઊભો થઈ ગયો. પગે ખાલી ચડી હતી. બેચાર વાર જમીન પર પછાડ્યા, પછી ચલાયું. ઓહો, આ તો જાણે કાંટાની પથારી પર ચાલ્યા ! ધીરે ધીરે બારી પાસે જઈ આકાશ સામે જોયું. પેલી વાદળીઓ ઓળખાય નહીં એટલી બધી આછી થઈને દૂર દૂર જતી રહી હતી. એક નવી બંધાતી હતી પળે પળે, નજર સામે ઈશાન ખૂબ આનંદથી એની સામે જોવા લાગ્યો. નરી વર્તુળાકાર રેખાઓનો પોચો ઢગલો. થર પર થર ગોઠવાતા હતા, સફેદ ને ભૂખરા અને આછા જાંબલી રંગના. સૂરજને પણ લાડ કરવાનું મન થયું તે ચોતરફ સોનેરી ગોટ મૂકી આપી. હવે વટ જામ્યો. એક અદ્દ્ભુત અસ્તિત્વ – ભલે ને પળ વિપળ માટે, પણ કેવું મનોહર !

એને વિલીન થતું જોવાની ઈશાનને ઇચ્છા ન થઈ. એનું સૌંદર્ય આંખોમાં ભરી લઈને જ એ બારી પાસેથી ખસી ગયો. આમેય બારણા પર કોઈ ટકોરા મારતું હતું. બારણું ખોલતાંની સાથે ફ્રાન્સિસ અંદર ધસી આવ્યો. ઈશાનના બન્ને હાથને વારંવાર ચૂમી લઈને એ આવેગપૂર્વક કહેવા લાગ્યો, ‘યે શૈતાન લોગ કો ગૉડ કભી માફ નહીં કરેગા. મગર આપ બિલકુલ ફિકર નહીં કરના ફાધર ! હમ આપકો ગોવા લે જાયેગા. ઉધર કોઈ આપકો કુછ નહીં કર સકતા. ઔર હમ આપકા પૂરા સર્વિસ કરેગા. જૈસા બોલોગે વૈસા કરેગા. બૉટલકો હાથ ભી નહીં લગાયેગા. સચ્ચી, ફાધર !’

‘બાત ક્યા હૈ ફ્રાન્સિસ ?’

ફ્રાન્સિસ શરમનો માર્યો નીચું જોઈ ગયો. ઈશાનના બન્ને ભાઈઓએ અર્ણવના ઘરમાં બેસીને પંડ્યા સાથે જે વાતો કરી હતી તે એણે સાંભળી હતી. પ્રતાપગિરિએ ઈશાનને માથે ચોરીનો જે આક્ષેપ મૂક્યો હતો તેનાથી એ એટલો વ્યથિત નહોતો થયો જેટલો બન્ને ભાઈઓની ટીકા સાંભળીને થયો હતો. જેમતેમ કરતાં એણે ઈશાનને થોડીક વાત કરી ને છેલ્લે જાહેર કર્યું, ‘અબ હમ ઉધર નહીં રહેગા ફાધર !

બડા ભાઈ તો ફિર ભી થોડા ઠીક હૈ, મગર હમારા સા'બ તો...'

ઈશાને એના બરડા પર હાથ ફેરવીને કહ્યું – 'નહીં ! ઈતની સી બાત પર ક્યા નારાજ હોના ?'

'ઈતની સી વાત ?' ફ્રાન્સિસની આંખો પહોળી થઈ ગઈ. એનો આશ્ચર્યચકિત ચહેરો જોઈને ઈશાનથી હસી પડાયું. કઈ રીતે એને સમજાવવું કે આ વાત માત્ર 'ઈતની સી' નહોતી – ખરું જોતાં એ વાત જ નહોતી. સંસારમાં હંમેશાં આવું જ ચાલ્યા કરતું હોય છે. એમાં પ્રતાપગિરિ અને અર્ણવભાઈ ને શાલ્મલીભાભી વધારે હોય છે – ફ્રાન્સિસ બહુ થોડા. અને આખરે તો અસત્ય આરોપોથી વિચલિત થવા જેવું હોતું નથી. ક્યારેક ને ક્યાંક તો સત્યનો ઉદય થાય છે જ. એ ક્ષણની રાહ જોવાની, બીજું શું ?

પણ સામે ફ્રાન્સિસ ઊભો હતો. દુઃખી થતો હતો. એનું શું કરવું ? ઓચિંતા ઈશાનને ગુરુ ઓમકારગિરિ યાદ આવ્યા. મન પ્રસન્નતાથી ભરાઈ ગયું. એણે હસીને કહ્યું, 'બૈઠો ફ્રાન્સિસ, હમારે ફાધર હેરિસકી બાત સૂનો.'

વાત કરતાં કરતાં સ્થળકાળ શ્રોતાવક્તાનું ભાન ભુલાઈ ગયું. ઈશાનને એક સમાધિ લાધી ગઈ. ગુરુદેવની સ્મૃતિ પારિજાતકની નાજુક સુવાસ બનીને ચોમેર પથરાઈ ગઈ. કેસરી ડાંડલીવાળાં કોમળ શ્વેત ફૂલો ઈશાનની આસપાસ ઝર્યા કરે છે. ઈશાન એક વીણે ત્યાં બીજાં દસ પથરાય. આ અનંત કથારસમાંથી કોણ બહાર નીકળે ? શા માટે નીકળે ?

નિત્યનિયમ પ્રમાણે નોકરે આવીને બત્તી કરી ત્યારે ધ્યાનભંગ થઈને ઈશાને જોયું તો ફ્રાન્સિસ સિવાય પણ એક શ્રોતા છે.

'ઇપ્સિતા ! તમે ક્યારે આવ્યાં ?'

'ક્યારની આવી છું – તમે વાત કરતા હતા ને !' કહી ઇપ્સિતાએ દૂધનો પ્યાલો ધર્યો.

'કેમ છે રજતને ?'

'સારું છે. પપ્પા તમારી સાથે વાત કરવા બેત્રણ વાર આવી ગયા.'

'અરે ! મને બોલાવવો હતો ને !'

'તમે આમની સાથે વાત કરતા હતા ને !'

'હા.' કહી ઈશાન ફ્રાન્સિસની સામે જોઈ રહ્યો. દેખીતું હતું કે ઈશાનની ઘણીબધી વાતો એને જરાયે સમજાઈ નહોતી, પણ એ પ્રેમથી અને શ્રદ્ધાથી સાંભળ્યા કરતો અને ઈશાનની નિકટતા અનુભવતો હતો. એના ચહેરા પરની વ્યગ્રતાને સ્થાને

મુગ્ધ આનંદ પથરાયો હતો. એનો ખભો થાબડીને ઈશાને કહ્યું, 'અચ્છા ફ્રાન્સિસ ! જો હમ બોલે વહી કરોગે ન ?'

'બિલકુલ.'

'તો કામ પર ચલે જાઓ ઔર જો કુછ સુના ઉસે ભૂલ જાઓ.'

'અરે ફાધર !'

'ભૂલ જાઓ, ફ્રાન્સિસ ! યાદ રખો સિર્ફ ફાધર હેરિસ કો.....તુમ્હારે ઔર હમારે – દોનોંકે ફાધર હેરિસકો.'

'ઔર આપકો ભી.'

'હાં, હમકો ભી. અબ જાઓ ફ્રાન્સિસ ! ખુશ રહો.'

ફ્રાન્સિસ કદાચ કંઈક પૂછત, પણ ઈશાનના અવાજમાં એક નિર્ણયાત્મકતા હતી. એક પૂર્ણવિરામ હતું. એનાથી પ્રભાવિત થઈને એ ઈશાનના હાથને ફરી પાછા પોતાના હોઠ અડાડીને ચાલ્યો ગયો. ઇપ્સિતાને આ પાછલી વાત સમજાઈ નહોતી, પણ એણે કંઈ પૂછ્યું નહીં. ઈશાન દૂધ પી લે એની રાહ જોતી ઊભી રહી. પછી નમ્રતાથી બોલી, 'હવે પપ્પા આવે ?'

'અરે, હું જ એમની પાસે આવી જાઉં ને !'

'ના, એ આવશે.' કહી ઇપ્સિતા પ્યાલો લઈને ચાલી ગઈ. એનાથી કંઈ બોલાય એવું હતું જ નહીં. એનું મન ઈશાન પ્રત્યેની શ્રદ્ધા અને આદરથી એવું છલોછલ થઈ ગયું હતું કે, એનો ભાર એનાથી જ વેઠાતો નહોતો. એના ગયા પછી થોડી વારે નિરંજનભાઈ આવ્યા. એ ઈશાનની ચરણરજ લેવા નીચા નમે એ પહેલાં ઈશાને એમના હાથ ઝાલી લીધા.

'અરે, અરે !'

'બાબા ! મારો દીકરો બચી ગયો.'

'ઈશ્વરની ઇચ્છા.'

'ઈશ્વરની નહીં, બાબા ! તમારી.'

'ના, મારી નહીં – રજતની પોતાની, અને ઈશ્વરની ઇચ્છા વિના તો આપણાથી શ્વાસ પણ ક્યાં લેવાય છે ? એ તો સૌથી પહેલો.'

'વારુ, બાબા ! તમે કહો તેમ.'

'આપ મને બાબા ન કહો. હું તો આપનાથી બહુ નાનો છું. મને ઈશાન કહીને જ બોલાવી શકો, આમેય હું ક્યાં હવે ભગવાં પહેરું છું ?'

'તમે ગમે તે પહેરો. આટલો મોટો ચમત્કાર જેણે કર્યો તેને હું બાબા ન કહું ?'

'વડીલ ! આમાં કોઈ ચમત્કાર નથી. રજતને સાજા થવું હતું અને એ થયો.'

'તમારે જે કહેવું હોય તે કહો બાબા ! પણ હું તો ભવોભવ તમારો ઓશિંગણ રહીશ. તમે નથી જાણતા – રજતની માંદગી મારે માટે —' બોલતાં બોલતાં નિરંજનભાઈને ડૂમો ભરાઈ આવ્યો અને તેઓ પોતાના મનને સંભાળી લે એ પહેલાં આંખોમાંથી ચોધાર આંસુ વહેવા માંડ્યાં.

ઈશાને એમને છાના રાખવાની જરાયે ચેષ્ટા ન કરી. આટલી ઉંમરે મોકળા મને રડી લેવું એય એક લહાવો છે એટલું એ સમજતો હતો. આટલો બધો વખત કુટુંબના મોભી તરીકે પરાણે જાળવી રાખેલો સંયમનો બંધ આશાનો સૂરજ ઊગતાં જ તૂટી ગયો તે છો તૂટે. લાગણીઓને વહી જવા દેવાથી જે રાહત મળે છે તેને મૂલવવાનું કોનું ગજું ?

પછી નિરંજનભાઈ પોતાની મેળે જ શાંત થયા. આષાઢની હેલી પછી ડોકિયાં કરતા સૂરજના કિરણ જેવું એક આછું શરમિંદું સ્મિત કરીને બોલ્યા, 'સૉરી !'

ઈશાને એ વાત ટાળીને કહ્યું, 'ડૉક્ટરે શું કહ્યું ?'

'બીજું તો શું કહે ? કહે કે દવા ચાલુ રાખજો અને અવારનવાર તપાસ કરાવતા રહેજો.'

'હં.'

'સાચું કહું તો એ પણ ડઘાઈ ગયા હતા. એમણે ધાર્યું જ નહીં હોય ને કે રજત પાછો બોલશે ! જોકે એમને એમના ધંધાનું માન જાળવવાનું હોય ને, એટલે કબૂલ ના કરે, બાકી એ તો સોએ સો ટકા સાચું છે કે રજત એમની દવાઓથી સાજો નથી થયો.'

'આપણને કેમ ખબર પડે ? અને એને સારું થાય એ જ આપણને તો જોઈએ ને ! ભલે ને ગમે એનાથી, ગમે એ રીતે સારો થાય.'

'બાબા ! તમારે જશ ના લેવો હોય તો કંઈ નહીં, પણ એક વાત તો નક્કી છે કે રજત તદ્દન સારો ન થઈ જાય ત્યાં લગી હું તમને જવા દેવાનો નથી.'

ઈશાને સ્મિત કર્યું. નિરંજનભાઈ મૂંઝાઈને એની સામે જોઈ રહ્યા. પછી કહ્યું, 'બોલો ને ! કેમ બોલતા નથી ?'

'શું બોલાવવું છે, કહો !'

'રજત સારો થઈ જાય ત્યાં લગી તમારે રહેવું પડશે, બાબા !'

'અને પછી ?' ઈશાન હસ્યો.

'અરે પછી પણ...હંમેશ માટે. કાયમ માટે. તમે અહીં જ રહો, બાબા !'

'જોઈશું. પહેલાં આપ મને 'બાબા' કહેવાનું તો બંધ કરો ! અને હાં – સૂતાં પહેલાં એને એક વાર જોવાનું મન છે. એની પાસે જઈ શકાય ?'

'અરે, તમારે પૂછવાનું હોય ?'

નિરંજનભાઈ અને ઈશાન રજતના ઓરડામાં ગયા. નર્સે ઓશીકાં ગોઠવીને એને બેઠો કર્યો હતો અને ચમચે ચમચે એને કટોરામાંથી કશુંક પિવડાવતી હતી. આ દશ્ય જોઈને નિરંજનભાઈની આંખમાં પાછાં ઝળઝળિયાં આવી ગયાં. કેટલા બધા વખત પછી રજતની આસપાસના બાટલા અને સોયો આઘાં ખસ્યાં હતાં. !

એ બન્ને જણની સામે નજર ઠેરવીને રજતે સહેજ મલકાવા જેવું કર્યું. અને બોલ્યો, 'પપ્પા ! આ...આ...મારા બાબા !'

ઈશાને એની નજીક જઈને માથે હાથ ફેરવ્યો. હસતાં હસતાં પૂછ્યું, 'હવે તો પપ્પાને નહીં પજવે ને, રજત ?'

'ના.'

'ઝટપટ સાજો થઈ જા. ઉત્તરકાશી જવું છે ને ?'

બોલવાને બદલે રજતે ગંભીરતાથી માથું હલાવીને હા પાડી. નર્સે ઇશારો કરતાં નિરંજનભાઈ અને ઈશાન બેસી ગયા અને નર્સ સંપૂર્ણ તલ્લીનતાથી રજતને ખવડાવવા લાગી. ઈશાનને થયું, એ પોતાનું કામ કેટલી કુશળતાથી, કેવું મન દઈને કરે છે ! આવી તન્મયતા સાધનામાં આવે તો બેડો પાર થઈ જાય. અનાયાસે એને મોંએથી બોલ સરી પડ્યો, 'હરિઃ ઓમ્ !'

તરત રજત બોલ્યો, 'તત્ સત્ !'

'યાદ છે ને બધું ? આગળ કરવું છે ને ?'

'હા...'

'કાલથી શરૂ કરીશું.' ઈશાને બોલી નાખ્યું અને પછી નર્સની ભ્રૂકુટિ ખેંચાયેલી જોઈને ઉમેર્યું, 'ડૉક્ટરસાહેબની રજા લઈને. કેમ ?'

'બાબા !'

'બોલ.'

'ઇપ્સિતા.'

'શું ?'

'એને પણ.'

'હા બેટા, એ પણ શીખશે. બાબા તમને બન્નેને શીખવશે. અત્યારે તું બહુ બોલતો નહીં. થાકી જવાશે. ખાઈ લે અને સૂઈ જા.' નિરંજનભાઈએ કહ્યું. અને

ઈશાનની સાથે એ પણ ઊઠ્યા. એમને મન તો થતું હતું કે મૃત્યુલોકના સીમાડા ઓળંગવાની તૈયારી કરી ચૂકેલા અને બાબાની દયાથી પાછા વળેલા પુત્રને છાતીસરસો ચાંપી દઉં અને બન્ને હાથની બેડીમાં એવો બાંધી દઉં કે તસુભાર આઘોપાછો ન થાય, પણ મનની આવી વાતો મનમાં જ દાટી દેવી પડે. માત્ર રજતનો ક્ષીણ હાથ જરાક પંપાળી લીધો. મોટેથી બોલ્યા, 'રજત, ગૂડનાઈટ !'

'ગૂડનાઈટ પપ્પા.'

બારણાની બહાર નીકળતાં જ નિરંજનભાઈએ ઈશાનના બન્ને હાથ પોતાના હાથમાં લઈને જોરથી દબાવ્યા. પછી કંઈ બોલ્યા વિના જતા રહ્યા. ઈશાનને લાગ્યું કે પિતૃહૃદયની ભાવનાનો આ સ્પર્શ એક પવિત્ર અનુભવ છે. એ મેળવીને પોતે ધન્ય બન્યો છે...આહા, શાસ્ત્ર શા માટે લાગણીથી ઉપર ઊઠવાનું શિખવાડે છે ? રાગદ્વેષથી પર થવું તે બરાબર, પણ પિતાનો પુત્ર માટેનો પ્રેમ એ તો જીવનની અતિ મૂલ્યવાન સંપત્તિ છે, એને શા માટે ત્યાજ્ય ગણવી ?

આજે સાયંસંધ્યા રહી ગઈ હતી. સ્નાન કરતાં કરતાં મનમાં ઝબકારો થયો, શાસ્ત્ર ખોટું નથી. નિશદિન, હર પળ જાગ્રત ન રહીએ તો લાગણીનાં વમળમાં ખેંચાઈને ક્યાંના ક્યાં જતા રહીએ. ડૂબી જઈએ. ધૃતરાષ્ટ્ર શું અપત્યપ્રેમમાં જ નહોતા ડૂબ્યા ? સંન્યાસીએ તો આ લાગણીની લીલને દૂરથી જ નમસ્કાર કરવા ઘટે.

થોડી વારમાં તો ઈશાનનું મન ઇષ્ટચિંતન અને મંત્રજપના રાજમાર્ગે જતાં જતાં સમાધિમાં લીન થઈ ગયું.

સવારે વળી નવી ઉપાધિ આવી પડી. એન. માણેકલાલવાળાના દીકરાને કોઈ સાધુએ મરતો બચાવ્યો છે એવા સમાચાર નોકર વર્ગ દ્વારા આખા બિલ્ડિંગમાં ફેલાઈ ગયા. સૌથી પહેલાં ઉપર દોડ્યાં અર્ણવ અને શાલ્મલી. એમના ચહેરા પરનું લોલુપતાભર્યું સ્મિત જોઈને કોઈને પણ કમકમાં આવે. તેમાંયે ઈશાન તો આગલે દહાડે ફ્રાન્સિસને મોંએ સાંભળી ચૂક્યો હતો કે એ લોકો પોતાને વિશે શું વિચારતાં હતાં. તે છતાં એણે એમનો આગ્રહ વિનયપૂર્વક સાંભળી લીધો અને એટલું જ કહ્યું, 'હમણાં તો મારે અહીં રહેવું પડશે.'

બન્ને પતિપત્ની એકબીજાની સામે જે રીતે જોઈ રહ્યાં હતાં તે પરથી એમનો ઇરાદો અને નિષ્ફળતાનો ડંખ સ્પષ્ટ કળાઈ આવતાં હતાં. ઈશાનને એમની દયા આવી, સાથે થોડી શરમ પણ. એણે ખુલાસો કર્યો. 'નિરંજનભાઈનો આગ્રહ છે ને, એટલે !'

'વારુ, પણ પછી તો તારે આવી જ જવાનું ઈશાન ! આપણું ઘર હોય ને

તું બીજાને ત્યાં રહે તે કેવું લાગે, નહીં શાલુ ?'

'તે જ ને ! મને તો એ સીધા આશુભાઈને ત્યાં ગયા એ જ નહોતું ગમ્યું. પણ થયું કે કંઈ નહીં, મોટા છે તો ફર્સ્ટ રાઈટ એમનો, પણ હવે તો આપણે ત્યાં જ આવી જવાનું. જેને દર્શન કરવાં હોય તે આપણે ત્યાં આવે.'

ઈશાન આ 'દર્શન' શબ્દ સામે વાંધો લેવાનો હતો, પણ વળી એને થયું કે નકામી ચર્ચા વધારવામાં શો ફાયદો ? બરાબર છે, પોતે એક દર્શનલાયક વ્યક્તિ બન્યો છે માટે તો આ લોકો લેવા આવ્યાં છે. નહીંતર એમણે એમનો અણગમો છુપાવવાની ક્યાં જરીયે કોશિશ કરી હતી ? એ લોકોનું ધ્યાન હજી બહારની વસ્તુઓમાં જ છે, કદાચ એમ જ રહેશે.

સહેજ લાંબો શ્વાસ લઈને એણે કહ્યું, 'હમણાં તો મુશ્કેલ છે. પછી જોઈએ.'

શાલ્મલીના દાંતનું ચોકઠું પાછું એના ઘેરા લાલ રંગના હોઠ વચ્ચેથી ડોકાયું. એના સ્મિતથી એનો આખો ચહેરો વધારે કદરૂપો બની જતો હતો. હસતાં હસતાં એ બોલી, 'વારુ, હમણાં નહીં તો પછી. પણ આ વખતે રીમાભાભીને ત્યાં નથી જવાનું હં, હું કહી દઉં છું...'

'નહીં જાઉં.' ઈશાન ગંભીરતાથી બોલ્યો.

'તો ઠીક.' ઓરડાની સજાવટ તરફ ભટક્યા કરતી નજર વારી લઈને શાલ્મલીએ અર્ણવ સામે જોયું. એના અબોલ પ્રશ્નના જવાબમાં અર્ણવ ઊભો થયો. એણે ઈશાન સામે જોઈને કહ્યું, 'તો પછી અમે જઈએ.'

'વારુ.' કહી ઈશાન પણ ઊભો થયો.

'ના, ના ! બેસ ને ! તું તો હવે....'

ઈશાન જોઈ રહ્યો. અર્ણવ શું કહેવા માગતો હતો એ તો બહુ જ સ્પષ્ટ હતું. પણ અર્ણવનો ભાવ અસ્પષ્ટ હતો. ઈશાનને સાંપડેલા નવા પ્રભાવની એને ઈર્ષ્યા આવતી હતી કે આનંદ થતો હતો કે પછી એ એમાં ભાગ પડાવવા માગતો હતો ? ઈશાનને થયું કે એ કંઈક બોલે–અર્ણવનું મન ઠરે એવું, પણ પછી શબ્દો વેડફવાને બદલે એણે માત્ર હાથ જોડ્યા.

'અને હાં – ખાસ વાત તો કહેવાની રહી ગઈ. નેન્સી ઈઝ ટેરિબલી ઇન્ટરેસ્ટેડ. સાંજે સ્કૂલ પછી એ તમને મળવા આવશે. એને જાણવું છે તમે આમના દીકરાને કેવી રીતે સાજો કર્યો તે.'

'ના, એને ન મોકલશો.'

શાલ્મલી ઈશાન સામે જોઈ રહી. પોતાની અતિ ચતુર દીકરી મળવાનું મન

કરે એ સૌભાગ્યની કદર ન કરે એવા આ બુદ્ધા દિયેરને શું કહેવું એ તેને સમજાયું નહીં.

અર્ણવે કહ્યું, 'ચાલ શાલુ ! ઈશાન ખરું કહે છે – નેન્સીને પાછું હોમવર્ક હોય ને ! અને અહીં પાછા વિઝિટર્સ હોય.. ઑલ ધિસ એક્સાઈટમેન્ટ મે નૉટ બી ગૂડ ફોર હર.'

'આવજો, અર્ણવભાઈ !'

'ઓ.કે... અને ઈશાન, કંઈ જોઈતું હોય તો કહેજે હં...'

'પેલી માની છબી જરા જોજો ને મળે તો – મારે એક વાર જોવી છે.' ઈશાનથી બોલાઈ ગયું.

'હું તો ત્યાંથી કશો જૂનો સામાન લાવ્યો જ નથી. તે છતાં જોઈશ. કદાચ આશુભાઈને ત્યાંથી નીકળે પણ ખરી. મળશે તો તને આપી જ દઈશું.'

'ના, લઈ નથી જવી.'

'હા, તારું પાછું હજુ કંઈ સ્ટેડી નથી થયું ને ! એક વાત કહું ઈશાન ? તું જરા હિન્ટ આપે ને તો આ નિરંજનભાઈ તને ઈઝિલી એકાદ ફ્લૅટ અપાવી દે. પાર્ટી બહુ સૉલિડ છે.'

'મારે ફ્લૅટ શું કરવો છે ?'

ઈશાનના પ્રશ્નથી અર્ણવનો ઉત્સાહ ઠંડો પડી ગયો. એ કંઈ બોલ્યો નહીં, પણ એને ઈશાનની આ વાત જરાયે ગમી નહીં. હાથમાં આવેલી તકને ઝડપી ન લે એ તો કેવો માણસ કહેવાય ? ભગવાનેય ખરો છે ને ! આવા આવાને વરસી જાય છે.

ભગવાન પ્રત્યેનો અસંતોષ મનમાં લઈને અર્ણવ લિફ્ટમાં નીચે ઊતર્યો ત્યારે વળી પાછો એને ઝબકારો થયો.... કદાચ ઈશાન પોતે માને છે એટલો બુદ્ધુ ન પણ હોય. નિરંજનભાઈના ઘરમાં જ જામી જવું શું ખોટું ? એ જ પળે એના વિચારોનો પડઘો પાડતી હોય એમ શાલ્મલી બોલી 'જોજો ને, નિરંજનભાઈ એમને ઘરજમાઈ જ બનાવી દેશે. છોકરાની તબિયતનું તો હજુ શું ઠેકાણું કહેવાય ?'

'જા જા હવે !'

'તમતમારે જોયા કરો.'

શાલ્મલીની વાતથી અર્ણવ ખૂબ રાજી થઈ ગયો. એવી જરા પણ શક્યતા હોય તો તો બેડો પાર થઈ જાય. ઈશાનની સાથે સાથે પોતાનો પણ ! નેન્સીને સ્વિટ્ઝરલેન્ડ ભણવા મોકલી શકાય... અને બિઝનેસ કોન્ટેક્ટ્સનો તો પાર નહીં....

પત્ની પર ખુશ થઈ જઈને એણે કહ્યું, 'તું પણ કમાલ છે, હોં !'

'કેમ, કંઈ ખોટું કહું છું ?'

'ના... આમેય એ હવે સાધુ તો છે નહીં.'

'એટલે જ કહું છું ને !'

'બરાબર ! પણ તું હવે એને સમજાવીને આપણે ત્યાં લઈ આવ.'

'જોયા કરો ને તમ તમારે !'

ઈશાને આજે અનુવાદનું કામ આગળ વધારવા ધાર્યું હતું. સવારના પહોરમાં થયેલા ભાઈભાભીના આક્રમણને લીધે એ થોડો વિચલિત થઈ ગયો. એ લોકો ગઈ કાલે શું બોલ્યાં હતાં તે આજે યાદ રાખવાની શી જરૂર ? એમના આમંત્રણનો અસ્વીકાર કરવાની શી જરૂર ? મનમાં એમના પ્રત્યે થોડો વિરોધ જાગ્યો છે – કશોક અણગમો.... અને એનો અર્થ એ જ કે હજી ઈશાનને ઈશાન પ્રત્યે પ્રીતિ છે. કોઈ એને વિશે ઘસાતું બોલે કે વિચારે તે નથી ગમતું... અહંતાની બેડીઓ ભલે હળવીફૂલ જેવી થઈ ગઈ હોય, છતાં પગમાં પડી તો છે જ !

'શું વિચારો છો ઈશાનબાબા ?' ઇપ્સિતાએ પૂછ્યું. એના હાથમાં એક મોટી ચાંદીની થાળી હતી. એમાં મોગરાનાં ફૂલોનો ઢગલો અને પ્રદીપ્ત દીપક ને ધૂપસળી હતાં. આજે એણે પહોળી લાલ કિનારવાળી સફેદ સાડી ગુજરાતી ઢબે પહેરી હતી. માથાના વાળ ધોયા હશે તેથી હજી ભીના હતા અને એકાદ લટ વળાંક લઈને કપાળ પરથી ઝૂકીને ભમરને સ્પર્શતી હતી. બે ભમર વચ્ચે સાડીની કિનાર જેવા જ લાલ રંગનો, કંઈક મોટો ચાંદલો હતો. ઇપ્સિતાના આખા ચહેરા પર એક દીપ્તિ હતી. ભયનો ઓથાર ખસી ગયા પછીના નવા પ્રભાતની દીપ્તિ. ઈશાન અજાણપણે એની સામે જોઈ રહ્યો. ઇપ્સિતા સાચે જ સુંદર હતી, અને હવે એ મોટી થઈ ગઈ હતી.

'બાબા !'

'હં.'

'આ તમારે માટે લાવી છું.'

'પણ હું તો પૂજા કરતો નથી. અને તમે પણ ઇપ્સિતા ! વગર કારણે અહીં આવો નહીં.'

નિર્દોષ વિસ્મયથી ઇપ્સિતા ઈશાન સામે જોઈ રહી. બેચાર ક્ષણ પછી બોલી, 'કેમ ?'

'બસ, આમ જ ! મને ખલેલ થાય છે.'

'ઓ, માફ કરજો બાબા !' કહી ઇપ્સિતા થાળી નીચે મૂકી દઈને બહાર જવા

લાગી.

તરત ઈશાને કહ્યું, 'અને આ લઈ જાઓ. આની કશી જરૂર નથી.'

'વારુ.' કહી ઇપ્સિતાએ થાળી ઊંચકી લીધી, પણ એનું મોં કરમાઈ ગયું. ઈશાનને થયું કે એને બોલાવે, સમજાવે કે — પણ શું સમજાવે ? એ કઈ રીતે કહી શકે કે એને ઇપ્સિતાનું સાન્નિધ્ય એટલા માટે નથી જોઈતું કે એ એક સ્ત્રી છે, એક સુંદર સ્ત્રી ?

ઇપ્સિતા ચાલી ગઈ. ઈશાને એને એવા જ ઉદાસ ચહેરા સાથે જવા દીધી, જોકે એ જાણતો હતો કે એને જરાક બોલાવી હોય તો એ ખુશખુશાલ થઈ જાત, પણ એણે એવું કશું કર્યું નહીં. એના કાનમાં ગુરુનો ઉપદેશ અથડાતો હતો....'બેટા ! જગદંબા કઈ રૂપમેં સામને આતી હૈ. ઉનકે પૈર પકડ લેના. ચાહે બડી હો, ચાહે છોટી – માતૃસ્વરૂપ હી દેખના. તેરા બેડા પાર લગ જાયેગા.'

પુસ્તકનાં પાનાં ફેરવતાં મનમાંથી એક આછો નિઃશ્વાસ સરી પડ્યો, 'મને તદ્દન એકલો મૂકીને તમે ક્યાં જતા રહ્યા ગુરુદેવ ? આ સંસારમાં હું કેવી રીતે જીવીશ ? ડગલે ને પગલે મારો હાથ ઝાલીને કોણ મને બતાવશે કે ક્યાં જવું ? શું કરવું ?'

તે સાથે જ ગુરુનું ખડખડાટ હાસ્ય યાદ આવ્યું. એ હંમેશ કહેતા, 'ગુરુ કહીં આતેજાતે નહીં બેટા ઈશાન ! ભીતર દેખો – ગુરુ તો હંમેશાં પાસ હી હોતે હૈં. ઉનકી બાત ઠીકસે સુનના – ટાલ મત દેના.. સમજ ગયે ન ? ફિકર મત કરો. બેડા પાર લગ જાયેગા.'

ઓહો, કેટલી બધી વાર આ શબ્દો સાંભળ્યા છે ? એમનું વચન કદી મિથ્યા ન જાય. ફિકર શેની ઈશાન ? કામ કરવા માંડ. અનુવાદ પૂરો કરવાનો છે. ગુરુની આજ્ઞા હતી ને ?

પછી એ ખંડમાં ઈશાન એકલો ન રહ્યો. શાસ્ત્ર અને ગુરુના સાન્નિધ્યમાં બધી ક્ષણો હળવીફૂલ થઈને આવ્યા પહેલાં જ ઊડી જવા લાગી. ઘણી વારે ઊંચું જોયું તો નોકર અદબથી રાહ જોતો ઊભો હતો. એણે આસ્તેથી પૂછ્યું, 'શેઠસાહેબ અંદર આવે ?'

'જરૂર !' કહી ઈશાને કાગળિયાં સમેટી લીધાં.

નિરંજનભાઈ જાણે બહાર રાહ જોતા ઊભા હોય એમ તરત જ અંદર આવ્યા. એમના ચહેરા પર લાચારીનો ભાવ હતો. આવીને તરત કહેવા લાગ્યા, 'માફ કરજો બાબા ! પણ મારા થોડા મિત્રો આવ્યા છે. એમને મળવાની બહુ ઇચ્છા છે. એ

લોકો અંદર આવે કે તમે બહાર આવશો ?'

'પણ શા માટે ?'

નિરંજનભાઈ મૂંઝાઈ ગયા. પછી બોલ્યા, 'બહુ સમય નહીં લે. માત્ર બેચાર મિનિટ દર્શન કરીને ચાલ્યા જશે. એ બધા મારા બહુ અંગત દોસ્ત છે... ક્યારના બેસી રહ્યા છે.'

'વારુ.' કહી ઈશાન ઊભો થયો અને નિરંજનભાઈની પાછળ પાછળ ચાલ્યો. આ બધું બરાબર નહોતું થતું, પણ એને અટકાવવાનુંયે પોતાના હાથમાં નહોતું. નિરંજનભાઈને ખરાબ લાગે. એમના ઘરમાં રહીને એમની આવી નાનકડી વાત ન માનવી એ પણ ઠીક નહીં. ગંભીર ભાવે એણે ચાલ્યા કર્યું અને મહેમાનો બેઠા હતા એ ખંડમાં ગયો. ઓહો, આ તો ઘણા લોકો હતા. કપડાંચપડાંનો ઠાઠ તો આંખે ઊડીને વળગે એવો હતો જ, પાછા કોઈ ખાલી હાથે નહોતા આવ્યા. ફૂલના જાડા જાડા હાર, ગુચ્છા, મીઠાઈનાં ખોખાં, ફળના કરંડિયા બધાની મિશ્રિત સુવાસ પોતાના એક નિરાળા અસ્તિત્વથી વાતાવરણને ભારે મારતી હતી. ઈશાન ખંચકાઈને ઊભો રહી ગયો. વચ્ચેની એક મોટી ખુરસી પર એને માટે ખાસ આસન પાથરેલું હતું. એને ત્યાં બેસાડવામાં આવ્યો. પછી સમાજના આ પ્રતિષ્ઠિત લોકો એક પછી એક એને પ્રણામ કરવા અને ભેટ ધરવા પાસે આવવા લાગ્યા. એક વાર તો એવું થયું કે અહીંથી તરત ઊઠીને ભાગી જાય, પણ પછી મહાપ્રયત્ને બેઠો રહ્યો. પ્રણામની સામે પ્રણામ કર્યા. આ બધાં નારાયણનાં સ્વરૂપ છે. જે કરવું હોય તે કરે, તેમાં ઈશાનને શું ?

વિધિ પત્યા પછી એક જણે કહ્યું, 'સ્વામીજી ! સાંજે આપ મારે ત્યાં પધારો.'

'શા માટે ?'

'મારી પત્ની છ વર્ષથી પથારીવશ છે. આપની કૃપા થાય તો એ પણ સાજી થઈ જાય.'

'કૃપા ભગવાનની.'

'અમે તો આપને ઓળખીએ છીએ. ભગવાનને ક્યાં શોધવા જઈએ ?'

ઈશાન જવાબ આપે એ પહેલાં બીજા કોઈએ કહ્યું, 'આપ પ્રસાદ આપો, બાબા ! મારી દીકરીનું ભલું થાય એવા આશીર્વાદ આપો. હું એને પ્રસાદ ખવડાવીશ. મને ખાતરી છે, એનું ઠેકાણું પડી જશે.'

એક મહિલાએ તો પતિની સાથે ઝૂકીને ચરણસ્પર્શ કરી જ લીધા. 'અમારા ફાર્મહાઉસમાં એક વાર પગલાં કરો મહારાજ ! જ્યારે અનુકૂળ હોય ત્યારે અમે

લેવા આવીશું. કેમ ભગીરથ ?'

ભગીરથે જાડા સિલ્કનો સૂટ પહેર્યો હતો. નીચે નમીને પગે લાગવાની એને જરાયે ફાવટ નહોતી. એ જણાઈ આવતું હતું કે પત્નીના આગ્રહને લીધે જ એ અહીં આવ્યો હતો અને એની ઇચ્છાની વિરુદ્ધ જવાની એનામાં હિંમત નહોતી. એણે સહેજ ઘોઘરા અવાજે કહ્યું, 'હા, બાબાજી ! નિરંજનભાઈ પણ સાથે આવશે. કેમ નિરંજનભાઈ ?

નિરંજનભાઈએ જરાક અકળાઈને કહ્યું, 'એ બધું પછી ગોઠવીશું. હમણાં તો બાબાને આરામ લેવા દો.'

બધા સજ્જન અને સંસ્કારી માણસો હતા. તરત આઘા ખસી ગયા. પણ એક માણસે હાથ જોડીને કહ્યું, 'બાપુ ! બે બોલ ઉપદેશના નહીં કહો ?'

ઈશાન વિચારમાં પડી ગયો. આવી રીતે અજાણ્યા માણસો સમક્ષ તે કદી કાંઈ બોલ્યો નથી. શાસ્ત્રાભ્યાસ કરાવવો તે એક વાત. પણ આટલા બધા જુદી જુદી જાતના માણસોને આમ એકાએક ઉપદેશ કેવી રીતે આપવો ? ના પણ કેવી રીતે પાડવી ? એકાએક એને સૂઝ્યું, 'ચાલો, આપણે પ્રાર્થના કરીએ.' સંસ્કૃતના બેચાર શ્લોકો બોલીને એણે ધૂન ઉપાડી,

શ્રી કૃષ્ણ ચૈતન્ય પ્રભુ નિત્યાનંદા
હરે રામ હરે કૃષ્ણ રાધે ગોવિંદા.

અતિ સભ્ય આ મેદનીને સમૂહમાં આ રીતે ગાવું ને તાળીઓ પાડવી શી રીતે ફાવે ? બધા સંકોચના માર્યા મૂંગા રહ્યા. એકલા ઈશાનનો સ્વર સભાનપણાથી મુક્ત થઈને હવામાં ગુંજી રહ્યો. એકાદ-બે મિનિટ પછી નિરંજનભાઈએ સૂર પુરાવ્યો, પછી ભગીરથની પત્નીએ, પછી બીજા બેત્રણ જણે. ઈશાનની તો આંખો બંધ હતી. એને ખ્યાલ ન આવ્યો કે ક્યારે એક પછી એક બધા જોડાયા અને કીર્તનના આહ્લાદમાં પોતાપણાનો ભાર ખોવા લાગ્યા. કીર્તનનો ધ્વનિ શાંત થયા પછી ઈશાને કહ્યું, 'હવે એની સાથે સીધો સંબંધ થઈ ગયો ને ? જે જોઈએ એને કહેવું. રાજા સાથે મેળ પડ્યા પછી ચપરાસી સામે શીદ જોવું ? હા, દોસ્તી બાંધ્યા પછી છોડવી નહીં. પળે પળે પ્રેમ વધારવો. બીજી કશી ચિંતા કરવી નહીં. ધ્યાનમાં ધ્યાન રાખવાનું તે એટલું જ કે રખે ને વિસ્મરણ થાય... બસ એટલું એક કરશો તો બીજું બધું એની મેળે ઠીક થઈ જશે. ચાલો, હવે ચપરાસીને રજા આપો. હરિ : ઓમ્ તત્ સત્ !'

આસનવાળી ખુરસી પરથી ઊઠીને ઈશાન ધીરે ધીરે ચાલ્યો ગયો. કોઈએ

અટકાવ્યો નહીં, કોઈ પગે ન પડ્યું, કોઈ કંઈ બોલ્યું નહીં. હવામાં જાણે હજી ધૂનના શબ્દો લહેરાય છે –

શ્રી કૃષ્ણ ચૈતન્ય પ્રભુ નિત્યાનંદા
હરે રામ હરે કૃષ્ણ રાધે ગોવિંદા !

જરા ઉતાવળી ચાલીને ઇપ્સિતા ઈશાનની લગોલગ થઈ ગઈ. સવારની વાત એના મનમાંથી નીકળી ગઈ હતી. બાળક જેવા કુતૂહલથી બોલી, 'બાબા ! આ તો સગુણ ઉપાસના થઈ !'

'હા, થયું તો એવું !' ઈશાને હસીને કહ્યું.

'તો ?'

'તો શું ? સર્વં કૃષ્ણમયં જગત્ !'

'અને બ્રહ્મનું શું ?'

'એ તો છે જ ને ! એનું આપણે શું કરવાનું છે ?'

'પણ બાબા —'

'ભજન કીર્તનથી મન થોડું શાંત ને એકાગ્ર થાય પછી જ્ઞાનની વાતો થાય ને, ઇપ્સિતા ?'

'એ ખરું.'

'હવે જરા રજતને મળી લઉં.'

'હું આવું, બાબા ?'

'ના.'

'આ વખતે ન તો ઇપ્સિતાને કંઈ ખરાબ લાગ્યું, ન ઈશાનને મન પર બોજો લાગ્યો. હળવે હૈયે એ રજત પાસે ગયો. રજત ઊંઘતો હતો. એને જગાડ્યા વગર થોડો વખત એની પાસે બેસીને મનમાં ને મનમાં હરિ નામનું રટણ કરીને ખૂબ પ્રેમથી એની સામે જોયું, પછી ઊઠી ગયો. જમવાનો સમય થઈ ગયો હતો એટલે સામે આવતો નોકર કંઈ બોલે એ પહેલાં જ સમજી જઈને એ ભોજનખંડમાં ગયો.

'એને જોતાં જ નિરંજનભાઈ ખૂબ વ્યાકુળ થઈને કહેવા લાગ્યા, 'મને માફ કરજો. મને ખબર નહીં કે એ લોકો આવું કરશે. નહીંતર તમને બોલાવત જ નહીં.'

'કંઈ નહીં. તરસ્યો માણસ ઘડો લઈને મૃગજળ તરફ દોડી જાય એમાં એનો શો દોષ ?'

નિરંજનભાઈ ઈશાનની સામે જોઈ રહ્યા. પછી સમજાયું એટલે તરત વિરોધ કરતાં બોલ્યા, 'ના, ના, બાબા ! તમે કંઈ મૃગજળ જેવા નથી.'

'હું જાણું ને, હું શું છું ! હા, કૂવા તરફ આંગળી ચીંધી જાણું, એટલું ખરું ! પછી જેને જવું હોય તે જાય. ત્યાં તો પાણી મળવાનું જ છે. જેનો જેવો પુરુષાર્થ.'

'બાબા, આજે દહીં લેશો ?' ઇપ્સિતાએ પૂછ્યું.

'ઠીક, તો પછી દાળ નહીં લઉં.'

'અરે, એવું કંઈ હોય ?'

'એવું જ ફાવે છે.' કહી ઈશાને મનમાં જ બ્રહ્માર્પણ કરી લઈને જમવા માંડ્યું. જમતી વખતે લગભગ તો એ બીજા કશા વિચાર કરતો નહીં. આજે રહી રહીને થવા માંડ્યું, જમાડનારનું ભલું થાઓ, રાંધનારનું ભલું થાઓ, જે અન્ન વડે આ શરીરની સંસારયાત્રા નભી રહી છે તે અન્ન ઉગાડનારનું ભલું થાઓ... હાથ ધોતી વખતે મોટેથી બોલી જવાયું, 'કલ્યાણમસ્તુ !' નિરંજનભાઈ રાજી થયા, પણ ઇપ્સિતા સાશંક નજરે જોઈ રહી. શાના આ આશીર્વાદ ?

'દરરોજ જે નોકર ઈશાનના ઓરડામાં પાણીનો લોટો મૂકીને ચાલ્યો જતો તે આજે જરા વાર ઊભો રહ્યો. કલ્યાણમસ્તુ....કલ્યાણમસ્તુ... ઈશાનના મનમાં હવાની લહરીની જેમ એ શબ્દો નિરંતર ચાલ્યા કરતા હતા. એ જ ધૂનમાં એક માયાળુ સ્મિત કરીને એણે પૂછ્યું, 'કેમ, નારાયણ ! કંઈ કામ છે ?'

'ના, બાપજી ! નારાયણ તો ઓરડો સાફ કરવા આવે છે એ...હું તો છગન !'

'હું બધાને નારાયણ કહું છું – નામ ન જાણું ત્યાં લગી. બોલો છગનભાઈ, કંઈ કામ હતું ?'

'રજતભાઈને સારું થઈ ગયું. બહુ સારું થયું.'

'હા.'

છગન મૂંઝાઈને ઊભો રહ્યો. ઈશાન પણ આગળ શી વાત આવે છે એની કિંચિત્ કુતૂહલથી રાહ જોવા લાગ્યો. આખરે છગને બારણા તરફ જોતાં જોતાં સહેજ બીકથી કહેવા માંડ્યું, 'શેઠ જાણે તો વઢે બાપજી ! પણ મારે બહુ દુઃખ છે. શેઠ તો બિચારા ભગવાનનું માણસ છે, તમારા જીવને ત્રાસ નહીં થાય એટલા સારુ બધાને કહી મૂકેલું છે કે તમારી સાથે જાસ્તી વાત નહીં કરવાની. હું બી નહોતો જ કહેવાનો, પણ હવે મને ત્રાસ એટલો છે કે...'

'કોનો ત્રાસ ?'

'બીક બહુ લાગે. રાતે ઊંઘ નહીં આવે તો સારું, એમ થાય છે બાપજી !'

'અરે !'

'ખોટું નથી કહેતો. રોજ રાત પડે ને સપનામાં સાપ આવે છે બાપજી ! મોટો

બધો કાળો. ફેણ ચડાવીને ડોલ્યા કરે. ઓ કરડ્યો, ઓ કરડ્યો થાય ને હું જાગી જાઉં. પસીનો છૂટી જાય છે બાપજી.... રોજ જ એનો એ જ નાગ આવે છે. તમે કંઈક દિયા કરો મારી પર.'

'હું ? હું શું કરું આમાં ?'

'દોરો આપો, પાણી મંતરી આપો, કંઈ બી કરો બાપજી. સાચું કહું છું, મેં કોઈ સાપને માર્યો નથી. મને તો નાનેથી સાપની બહુ બીક લાગે. તેમાં તો ખેતરાં મૂકીને અહીં શહેરમાં આવ્યો તોયે મારો કેડો મૂકતો નથી. પથારીમાં પડતાં જ ગભરામણ થાય છે, પણ ઊંઘ્યા વગર તો કેમનું ચાલે ? ને ઊંઘ આવે એટલી વાર. રોજ્જે ને રોજ્જે સામો ખડો થઈ જાય છે. આંખો કાઢીને મારી સામે જોયા કરે છે. ! હું મરી જવાનો, બાપજી ?'

'મરવાના તો આપણે બધા, છગનભાઈ ! પણ તમારાથી સુખે ઊંઘાય નહીં એ ખોટું.'

'કાંઈક ઇલાજ કરો બાપજી ! તમારો પાડ જિંદગીભર નહીં ભૂલું.'

છગને ઈશાનના પગ પકડી લીધા. ઈશાને પગ ખેંચી લેવાનો પ્રયત્ન કર્યો, પણ છગન જળોની જેમ ચોંટ્યો હતો. આખરે એને માથે હાથ ફેરવીને ઊભો કર્યો. કહ્યું, 'બહુ નસીબદાર છો છગનભાઈ ! રોજ નાગબાપા દર્શન દે છે તે જરૂર કાંઈક સારું થવાનું.'

'હેં ?'

'હવે ડરતા નહીં. ફેણ સામે જોયા કરજો. વહેલાં-મોડાં કનૈયાનાં દર્શન થશે. ફેણ ઉપર એ નાચતો હશે... ઘણા ભાગ્યશાળી છો તમે તો !'

'એમ ? પણ બાપજી, બીક મટાડો.'

'રાતે જમતા નહીં. તમને દૂધ મળે છે અહીં ?'

'જોઈએ એટલું. શેઠ બહુ સારા છે.'

'તો દૂધ પીને સૂઈ જજો. ઊંઘતાં પહેલાં ત્રણ વખત 'શ્રી કૃષ્ણઃ શરણં મમ' બોલજો. કાં તો નાગ નહીં આવે અને આવશે તો માથે કાનજીને લઈને આવશે.'

'તમે મારા ભગવાન, બાપજી !'

'મારો ને તમારો બધાનો ભગવાન ઉપરવાળો, છગનભાઈ !'

'બીજી એક વાત છે.'

'બોલો.'

'મેં તમોને હેરાન કીધા તે શેઠ ના જાણે બાપજી !'

'નહીં જાણે !'

'રાજી થતો થતો છગન હાથ જોડીને જતો રહ્યો....ઈશાનને ચેન ન પડ્યું. ગમે તે કહીને છગનને સમજાવી તો દીધો, પણ એની અંધશ્રદ્ધાને ઉત્તેજન આપ્યું. બાપજી બનીને એને ઇલાજ બતાડ્યો. આ કંઈ સારું ન કર્યું.... ખરું જોતાં એણે કોઈ મનોચિકિત્સક પાસે જવું જોઈએ. એ શોધી કાઢત કે આ નાગ શાનું પ્રતીક બનીને એને પીડે છે. છગનના મનની અંધારી ગલીકૂંચીઓમાં ફરીને એ આ રોગનું મૂળ જાણી શકત અને યોગ્ય ઇલાજથી એને સ્વસ્થ બનાવત. પોતે તો જે સૂઝ્યું તે કહી દીધું. રાતે ન જમે તો અપચો ન થાય.. અપચો ન થાય તો દુઃસ્વપ્ન ન આવે. અને કૃષ્ણમાં શ્રદ્ધા ચોટે તો નાગની બીક ન લાગે. – સીધો હિસાબ !

મનમાં ને મનમાં હસવું આવ્યું. આ બાપજી બનવાનું બહુ અઘરું નથી. લોકો જાતજાતની પીડા ભોગવતા હોય છે. ડૂબતો માણસ તરણું ઝાલે એમ જે કાંઈ કહો તે સ્વીકારી લે. એક ભોળપણ હોય છે, એક શ્રદ્ધા હોય છે, કર્મના ભોગમાંથી કોઈ પણ ઉપાયે છૂટી જવાનો લોભ હોય છે અને કોઈ પણ રીતે આદરપાત્ર બની ગયેલી વ્યક્તિઓ આ મનોવ્યાપારનો લાભ લઈ પોતાનું આસન જમાવી દે છે. જનસમાજના માથા ઉપર, નરકનાં દ્વારની પાસે – ખૂબ જ પાસે !

પોતાને માથેય શું આ જોખમ નહોતું તોળાતું ? ઘર છોડ્યું – શેને માટે ? આશ્રમ છોડ્યો – શેને માટે ? આ વિશાળ સંસારસમુદ્રમાં માત્ર એક ગુરુવચનને સહારે અનંતની શોધમાં નીકળ્યો છે તે આમ અધવચ્ચે ડૂબવા માટે ? બાબા, બાપજી, સ્વામીજી, મહારાજ – કાલે ઊઠીને કોઈ પોતાને ગુરુ પણ કહેવા માંડશે. ફ્રાન્સિસ તો ફાધર કહે છે જ. એના ફાધર હેરિસનું પ્રતિબિંબ બનતાં શા માટે સંકોચ ન થયો ? ...... અંદરથી આ બધું ગમવા લાગ્યું છે કે શું ?

અનુવાદ માટેના પુસ્તકને સ્પર્શ કરી હાથ જોડ્યા અને ઈશાન બહાર નીકળ્યો. બારણાં આગળ સિક્યોરિટીનો માણસ બેઠો હતો. એનો ગણવેશ રુઆબદાર હતો. એથીયે વધારે રુઆબદાર હતો એનો સાડા છ ફૂટ ઊંચો ટટ્ટાર અને કદાવર દેહ. એને જોઈને ઈશાન નવાઈ પામ્યો. વિનમ્ર ભાવે દોડતા આવેલા નારાયણે સમજાવ્યું, 'શેઠસાહેબે આપની સલામતી માટે આ ગોઠવણ કરી છે. ગમે ત્યારે ગમે તે અંદર આવી ન જાય.'

'જી. અને જાતજાતના લોકો દર્શન માટે આવે એટલે પછી બીજુંયે જોખમ થાય.'

'એ ખરું.' કહી ઈશાને બહાર નીકળવા માંડ્યું.

નારાયણે કહ્યું, 'હું સાહેબને બોલાવી આવું.'

'શા માટે ?'

નારાયણ લાચારીથી જોઈ રહ્યો. ધીમેથી બોલ્યો, 'મને ઠપકો મળશે.... આપ એક મિનિટ રોકાઓ તો મહેરબાની.'

'એક શું ? દસ !' કહી ઈશાન લહેરથી દરવાનની ખુરશી પર બેસી ગયો. એને ત્યાંથી ઉઠાડી સારા સોફા પર બેસાડવો કે નિરંજનભાઈને બોલાવી આવવા, એની દ્વિધામાં ફસાયેલા નારાયણની મુક્તિ કાજે જ જાણે ઇપ્સિતા આવી પહોંચી. એના એક હાથમાં અડધું કરડેલું સફરજન હતું અને એ ચાવતાં ચાવતાં એકસાથે હસવાનો અને બોલાવવાનો પ્રયત્ન કરતી હતી.

'બાબા ! તમારે માટે આવેલાં ફળ મેં ખાવા માંડ્યાં.'

'સારું કર્યું. હું ખાતો નથી.'

'કેમ ?'

'આદત નથી. દાળરોટી ગમે ત્યાં મળી જાય...બસ, એટલેથી ચાલી જાય છે.'

'ઓ – પણ તમે કેમ અહીં બેઠા છો ?'

'બહાર જતો હતો.'

'ક્યાં જવું છે ? નારાયણ, મૅક્સને કહે ટૉયોટો કાઢે.'

'ગાડી નહીં જોઈએ !'

'કેમ ?'

'બસ, થોડું ચાલવું છે.'

'અત્યારે ? તાપ લાગશે. સાંજે હેન્ગિંગ ગાર્ડન, વરલી, વાંદરા, જુહુ – જ્યાં જવું હોય ત્યાં જજો ને !'

'ના, હમણાં જઈશ.' ઈશાને ગંભીરતાથી કહ્યું.

ઇપ્સિતા શાંત થઈ ગઈ. એણે ઈશાનને ઉત્તરકાશીમાં જોયો છે. ઓમકારગિરિ પાસે બાળક, પણ બીજે બધે તો જેનું કહ્યું માનવું પડે એવો એક પ્રભાવશાળી સંત. જરા આઘે ખસીને એણે નમ્રતાથી પૂછ્યું, 'બેત્રણ કલાકમાં આવી જશો ને ?'

'હા.'

'કઈ તરફ જાઓ છો ?'

'નક્કી નથી.'

સાચે જ નક્કી નહોતું. ગાલીચાવાળી લિફ્ટમાંથી નીકળ્યા પછી કમ્પાઉન્ડમાં એકાદ લટાર મારીને દરવાજાની બહાર ગયા પછી જીવને સારું લાગ્યું. એક દિશા

પકડીને ચાલવા માંડ્યું. હજી તો બપોર ઢળવાને વાર છે તોયે ચીસ પાડતાં, ખિજાતાં, ઓચિંતાં અટકી જતાં અને પાગલપણે દોડવા માંડતાં વાહનોની કંઈ ખોટ નથી આ વિશાળ રાજમાર્ગ પર. ક્યારેક ધુમાડો દેખાય છે, ક્યારેક નથી દેખાતો, પણ શ્વાસમાં ભાર વરતાય છે. કશીક દુર્ગંધ, જે આસ્તે આસ્તે વાતાવરણનો એક ભાગ બની ગઈ છે.

એકાન્તથી ટેવાયેલા માણસને આ મેદનીનો પણ ભાર લાગે. ભલે કોઈ બોલાવે નહીં, સામે પણ ન જુએ તે છતાં આટલા બધા લોકોનું એક જ જગ્યાએ હોવું પણ મનનો બોજ બની જાય છે. તેમ છતાં 'ધ નેસ્ટ'ના સૌથી ઉપરના માળ કરતાં અહીં એક મોકળાશ વરતાય છે. અહીં એ માત્ર એક માણસ છે. બીજા બધાના જેવો જ – રસ્તા પર ચાલ્યો જતો માણસ. આ અનામીપણું પણ એક જાદુઈ અંચળા જેવું છે. એને ઓઢીને માણસ અદશ્ય બની જાય. કોઈ એની સામે જુએ નહીં, કોઈ એની પરવા ન કરે, કોઈ એની પાસે કશું માગે નહીં – ઇચ્છે તો ફક્ત એટલું જ કે એ આ જ ગતિએ, આ જ દિશામાં ચાલ્યા કરે, અટકીને કોઈને અવરોધ ન કરે.

ખૂબ ચાલ્યા પછી બેસવાનું મન થયું. સમુદ્રને કિનારે બાંધેલી સિમેન્ટની પાળ પર ઈશાન બેસી ગયો. એનું મોં રસ્તા ભણી નહીં, દરિયા તરફ હતું. મોજાં ખૂબ આઘે જતાં રહ્યાં હતાં. કાળા ખરબચડા ખડક બેઠા બેઠા એમના પુનરાગમનની રાહ જોયા કરતા હતા. કદાચ એમને નહાવું હોય, કદાચ એ પછડાટનો માર ખાવો હોય... બધી વાતની આદત પડી જાય છે. નહીંતર સંસારીઓ શા માટે સંસારમાં પડ્યા રહે ? ભારે સહનશીલ છે એ લોકો. એના એ સંજોગોમાં એનું એ દુઃખ વેઠ્યા કરે છે છતાં જરી ટસથી મસ થતા નથી. બરાબર આ ખડક જેવા છે એ બધા.. અચાનક વચ્ચેથી ઈશાનને કોઈએ ટપાર્યો, 'વાહ ! ગુરુ, તો પછી તમે કેવા છો ? હોડી બનીને નીકળી પડ્યા હતા – અહીં અધવચ્ચે ક્યાં અટકી પડ્યા છો ?"

દીનતાનો એક અજબ ભાવ મનમાં વ્યાપ્યો. ઓમકારગિરિ હંમેશાં કહેતા – 'પહુંચ જાના...ચાહે કહીં ભી રહો, ચલતે રહના ! ગુરુનું એ વચન ભુલાતું નથી, પણ માર્ગ ક્યાં છે ? ઈશાનને આમ એકલો મૂકીને ગુરુમહારાજ ક્યાં ચાલી ગયા ? કેમ ગયા ? હવે એમનાં દર્શન ફરી ક્યારેય નહીં થાય ? સાગર સામે જોતાં ઈશાનનાં નેત્રો ધીરે ધીરે વહેવા લાગ્યાં તે સાથે દુઃખની એક મીઠી લાગણીમાં ઈશાન પણ વહેવા લાગ્યો. બહુ સારું લાગે છે આમ ગુરુજીને યાદ કરીને રોવું, પણ એમને તો આ ન ગમે. તેઓ જો અત્યારે પોતાને જુએ તો હસી પડે. કહે, 'ધત્તેરેકી ઈશાન !

યે ક્યા તમાશા લગાયા હૈ ? દેખ, જરા ભીતર મુડ કે તો દેખ ! તેરા ગુરુ તો આસન લગાયે વહીં બૈઠા હૈ – કહીં આતા જાતા નહીં.'

'ગુરુનું વચન કદી મિથ્યા હોય નહીં. આંખો લૂછીને ઈશાન દૂર ક્ષિતિજમાં ઢળતા સૂર્ય સામે જોઈને સાયંસંધ્યાના મંત્ર મનમાં બોલવા લાગ્યો. સાગરનાં ખારાં પાણી પરથી વહી આવતી હવામાં એક તાજગી હતી. એણે ચારે કોરથી લપેટી લઈને ઈશાનને સ્નાન કર્યા જેવો જ શુદ્ધ બનાવી દીધો.

જે ઈશાન ત્યાંથી ઊઠીને ચાલ્યો તે એક બીજો જ ઈશાન હતો. દુકાનોમાં અત્યારથી ભપકાદાર પ્રકાશ ઝળહળી ઊઠ્યો હતો. ક્યાંક રંગબેરંગી, ક્યાંક તીખો તેજસ્વી, ક્યાંક બપોરના બાર વાગ્યાનો આભાસ ઊભો કરતો એકધારો – શાંત તોયે પ્રખર ! મજાલ શી અંધકારની કે જરા ડોકિયુંયે કરે !

અનાયાસે આંખો એ તરફ ઢળતી હતી. આહા, કેટલી બધી જાતજાતની ચિત્રવિચિત્ર વસ્તુઓ ! માણસને શું ખરેખર જીવનયાત્રા ટકાવી રાખવા માટે આ બધાની જરૂર પડતી હશે ? કોઈએ જાદુઈ લાકડી ફેરવીને આ માયાનગરી ઊભી કરી દીધી છે માણસને ભુલાવામાં નાખવા માટે... મનોહર તો છે જ, પણ એને જોઈને સંતોષ ન વળે. આ બધી ચીજો મળવી જોઈએ, પોતાને એકલાને મળવી જોઈએ. અને આ બધી ભોગવી શકાય એટલું બધું લાંબું આયુષ્ય જોઈએ... કોઈને એ ન મળે ! તૃષ્ણાનો પ્યાલો હોઠ લગી આવીને દૂર સરી જાય એ જ નિયતિ છે. અને એને સ્વીકારવાનું કામ બહુ અઘરું છે.

તોયે ઈશાન તો મુંબઈનો આ ચિરંતન મેળો જોતો જોતો સહેજ રમૂજ પામતો ચાલ્યો જાય છે. એ જાણે છે આ એક બીજી જ દુનિયા છે અને પોતે એ દુનિયાનો વાસી નથી. ચાલવાનો થાક લાગે એ પહેલાં 'ધ નેસ્ટ'નો દરવાજો આવી ગયો. થોડાક અસ્વસ્થ, ઉશ્કેરાયેલા માણસોના નાનકડા ટોળામાં સૌથી મોખરે ઊભેલા નિરંજનભાઈ દેખાયા. તેમની પાસે વિનયથી જઈને ઈશાને પૂછ્યું, 'શું કાંઈ થયું છે ?'

'તમે ક્યાં જતા રહ્યા હતા બાબા ? મને તો એટલી બધી ચિંતા થઈ !'

'શા માટે ?'

'અરે – આ આટલું મોટું શહેર ! તમને એમ ને એમ કંઈ એકલા જવા દેવાતા હશે ? આ ઈપ્સુ પણ ગાંડી જ છે ને ! પણ કંઈ નહીં, ચાલો હવે ઉપર.'

જતાં જતાં નિરંજનભાઈએ પેલા લોકોને સૂચના આપી દીધી કે હવે કશું કામ નથી. લિફ્ટમાં ઉપર ચડતાં એમણે ઈશાનને કહ્યું, 'તમારા ઘરનાં બધાં મળવા

આવ્યાં હતાં. તમે નહોતા એટલે નિરાશ થયાં – ખાસ કરીને પેલી નાની છોકરી !'

'મિહિકા ?'

'હા. અને બાબા, તમને ખાસ વાત તો એ કરવાની કે ડૉક્ટર માર્શલ રજતને સ્વિટ્ઝરલેન્ડ લઈ જવા માગે છે અને રજત ના પાડે છે. હવે આપણે તમે કહો એમ કરીએ.'

'જોઈએ.'

ફ્લૅટમાં પેસતાં જ છગને વિનમ્રભાવે કહ્યું, 'કોઈ બાવાજી આવેલા છે. આગળના રૂમમાં બેસાડ્યા છે.'

જોયું તો સોમગિરિ !

૬

આંખે આંખ મળતાં જ અનાયાસ આનંદની હેલી જામી. હૃદયકમળની પાંખડીઓ એક પછી એક નહીં, પણ બધી એકસાથે ખૂલી ગઈ. ચિરપરિચિત ચહેરો જોતાં જ મનને આશ્વાસન મળ્યું, જાણે ઘેર આવ્યા ! પળ બે પળ એમ જ વીતી ગઈ પછી ઈશાને નીચે નમીને સોમગિરિની ચરણરજ લીધી.

'અરેરેરે બાબા ! યે ક્યા કર દિયા ?'

'આપ સંન્યાસી હૈં, પ્રણામ કે અધિકારી હૈં.'

'ઔર આપ ?'

'મૈં તો કુછ ભી નહીં.' કહેતાં કહેતાં ઈશાન ખડખડાટ હસી પડ્યો.

'ઐસા મત બોલિયે ઈશાનબાબા ! અબ તો આપ હી ગુરુ હૈં' ગદ્‌ગદ કંઠે બોલીને સોમગિરિએ ઈશાનને બાથમાં લઈ લીધો.

સહેજ વાર એનો વાંસો પસવારીને ઈશાન છૂટો થયો અને પાસે પડેલી ખુરસી તરફ હાથ કરીને બોલ્યો, 'બૈઠિયે સોમગિરિજી ! બતાઈયે, કૈસે આના હુઆ ?'

સોમગિરિ મૂંઝાઈને ઈશાન સામે જોવા લાગ્યો. આસપાસના વૈભવી વાતાવરણના પ્રભાવ હેઠળ એ આમેય થોડો મૂઢ જેવો થઈ ગયો હતો એમાં પાછાં બારણા આગળ છગન અને બીજા એક બે માણસો દેખાતા હતા. એમના તરફ એક અસ્વસ્થ નજર નાખીને એણે કહ્યું, 'તનિક ઠહરકે બાત કરુંગા.'

'જૈસી આપકી મરજી !' કહી ઈશાને છગન સામે જોયું, 'બાપજીને મારા ઓરડામાં લઈ જશો છગનભાઈ ? છેટેથી આવ્યા છે, જોઈતું કારવતું જોજો, હં !'

'કહેવું ના પડે.' કહી છગને સોમગિરિ સામે હાથ જોડ્યા, 'ચાલો બાપજી !'

'મૈં અભી આયા !' ઈશાને સોમગિરિ સામે સ્નેહાળ નજર નાખીને જાણે રજા લઈ લીધી અને ઉદ્વિગ્ન મને બારણાની બહાર રાહ જોતા નિરંજનભાઈ તરફ ચાલ્યો.

'શી વાત છે ? ડૉક્ટર માર્શલ કેમ એને સ્વિટ્ઝરલેન્ડ લઈ જવા માગે છે ?'

'મને નથી ખબર બાબા ! આવી મરણતોલ માંદગીમાંથી ઊઠ્યો છે તો હવે આટલા એક અંગૂઠાની દવા અહીં નહીં થાય ?'

'શું થયું છે રજતના અંગૂઠાને ?'

'કાળો પડી ગયો છે.'

'ઓહો !'

રજતના ખંડમાં કશીક મૃદુ સૌરભ હતી. મન ખુશ થઈ જાય. ઈશાને હસીને રજતને બોલાવ્યો.

'કેમ મહાત્મા ? શું વાંચો છો ?'

'યોગવાસિષ્ઠ.'

'અરે વાહ ! પણ આ અંગૂઠો કેમ કાળો કર્યો છે ?'

'શી ખબર ! એની મેળે થઈ ગયો.' કહી રજતે ઓઢવાનું આઘું ખસેડી જમણો પગ લંબાવ્યો. શ્રીમંત ઘરમાં લાલનપાલન પામેલા સુકુમાર ગૌર દેહ પર આ તો જાણે કોઈએ બહારથી લાવીને ચોંટાડી દીધો છે – એક કોલસાનો ટુકડો !

ઈશાનના ચહેરા પરનું સ્મિત ઓલવાઈ ગયું. એકીટશે એ કાજળકાળા અંગૂઠા સામે જોઈને એણે પૂછ્યું, 'આવું ક્યારે થયું, રજત ?'

'ખબર નથી બાબા ! પણ કહો ને, આ યોગવાસિષ્ઠની બધી વાતો તમે ખરી માનો છો. ?'

'હા, હું તો માનું છું, પણ રજત, તને દુખતું નથી ?'

'શું, આ અંગૂઠો ? ના રે ના, કશી ખબર જ પડતી નથી.'

સહસા આગળ વધીને એ કાળા અંગૂઠાને જોરથી મરડ્યો, પણ રજતના ચહેરા પરની એકે રેખા બદલાઈ નહીં. એ શાંતિથી બોલ્યો, 'તમે શું કરવા મારા પગને હાથ લગાડ્યો, બાબા ? હવે તમારે હાથ ધોવા પડશે અને મારે આ પાપ.'

એની વાત પર હસવાને બદલે ઈશાને પૂછ્યું, 'એટલે તારો અંગૂઠો દબાવ્યો તેની તને ખબર પડી. નહીં રજત ?'

'મને દેખાતું નથી બાબા ?'

'હા. એ ખરું' કહી ઈશાને યોગવાસિષ્ઠ હાથમાં લીધું અને બેચાર પ્રશ્નો પૂછ્યા. પછી રજતનો ખભો થાબડીને એ બહાર નીકળ્યો. ચિંતાતુર નિરંજનભાઈ સાથે જ હતા. એમણે પૂછ્યું, 'શું લાગે છે બાબા ? મટી જશે ને ?'

ઈશાને ચાલતાં ચાલતાં અટકી જઈને નિરંજનભાઈની સામે જોયું. પછી એ ધીમેથી બોલ્યો, 'હું ડૉક્ટર નથી.'

'અમારા તો તમે જ તારણહાર છો, બાબા !'

'આવું આવું બોલીને મને દુઃખી ન કરો, વડીલ ! ડૉક્ટર માર્શલ સારા ડૉક્ટર છે. શરીરના રોગ એ સમજે કે હું ? એમ છતાં બીજા એક-બે ડૉક્ટરને બતાવી જોવું છે ?'

'બે નહીં, બાર ! પણ તમે કહો એ જ કરવાનું અંતે, ડૉક્ટર કહે તે નહીં.'

'વૈદ્યો નારાયણો હરિ : આપણે આસ્થા રાખવી જોઈએ. ડૉક્ટરનું અપમાન કેમ કરાય આપણાથી ?'

'આમાં અપમાનની વાત નથી – પણ આગળની વાત આગળ... હમણાં તો એક બીજી વિનંતી છે.'

'બોલો ને !'

'જરાક ઈપ્સુના રૂમમાં આવશો ? ક્યારની રડ્યા કરે છે.'

સારું છે, એ રડી શકે છે. ઈશાને જતાં જતાં વિચાર્યું, બાકી આ બાપનો ચહેરો તો સાવ ઉજ્જડ થઈ ગયો છે. ક્ષિતિજની ધારે દેખાતી પ્રલયકાળની પહેલી વાદળી જેવો એ કાળો ભમ્મર અંગૂઠો... ઓહ, એને ભૂલવો મુશ્કેલ છે... ક્યારે આગળ વધીને, ફેલાઈને આખા ગગનનો ગ્રાસ કરી લે કંઈ કહેવાય નહીં.

ઇપ્સિતાના રૂમમાં આ પહેલાં ઈશાને પગ મૂક્યો નહોતો. બધે આછું ધુમ્મસ છવાયું હોય એવી સફેદ રાખોડી રંગરચના અને એક બાજુએ ભભકદાર રંગોથી ઓપતી ને બે ઊંચી પૂતળીઓ જેવી પિત્તળની દીવીઓમાંથી પ્રગટેલી પ્રકંપિત જ્યોતના પ્રકાશના પ્રવાહમાં નહાતી દુર્ગાની અતીવ મનોહર પ્રતિમા ! આનું સતત સાન્નિધ્ય સહન કરવાની પણ શક્તિ જોઈએ... ઈશાને જરા માનપૂર્વક ઇપ્સિતાની સામે જોયું, પણ એ તો જાણે શિથિલતાનો અવતાર ! રજતની આંખો જેવી જ સુંદર બે આંખોના અવિરત અશ્રુપ્રવાહમાં એ દેહનું સમસ્ત ચૈતન્ય વહી ગયું છે... એની સામે જોતાં કંપી ઉઠાય.

શા માટે આવી અસીમ પીડા, દેવ ? આસક્તિનાં લાખો કરોડો બંધનોમાં જકડાયેલા જીવની યાતનાનો અંત લાવી દો પ્રભુ ! અસ્તિત્વનું પતંગિયું કોશેટામાં જ પાંખ ફફડાવીને મરવા નથી સર્જાયું, એને નીલ ગગનનો સ્પર્શ થવા દો !

અત્યંત સ્નેહથી ઇપ્સિતાને માથે બન્ને હાથ મૂકીને ઈશાન બોલ્યો, 'ઊઠ, ઇપ્સિતા ! રજતને તારી જરૂર છે. ઊઠ, મોં ધોઈ લે.'

લગીરે આનાકાની વગર ઇપ્સિતા ઊઠી અને હાથ મોં ધોઈને ઈશાન પાસે આવી બાળકની જેમ પૂછવા લાગી, 'હવે શું કરું બાબા ?'

'પાણી પીને રજત પાસે જા, એ યોગવાસિષ્ઠ વાંચે છે. એની ચર્ચા કર એની જોડે.'

'પણ..... એનો અંગૂઠો...' બોલતાં બોલતાં એનાં નેત્રોમાં પાછાં પાણી ઊભરાયાં.

'રડવાથી અંગૂઠો સારો ન થાય, ઇપ્સિતા ! તું એની પાસે જા.'

'જી.' કહી ઇપ્સિતાએ ચાલવા માડ્યું.

'તમે જેમ કહો એમ !'

દુર્ગાની પ્રતિમાને હાથ જોડી ઈશાન પણ એ લોકો સાથે જ બહાર નીકળ્યો. રજતનો અંગૂઠો, ઇપ્સિતાનાં આંસુ, નિરંજનભાઈની ચિંતા આ બધાનો ભાર એના ચિત્ત પર પણ છવાઈ ગયો હતો. સૌથી પહેલાં મિલન, પછી પરિચય, પછી આત્મીયતા, પછી આસક્તિ... અભિમન્યુની જેમ પ્રવેશ તો આસાન છે આ બધા કોઠાઓમાં, પણ બહાર નીકળવાની વિદ્યા ન હોય તો છેલ્લે ષડ્રિપુઓને હાથે મરવાનું; એ પણ નક્કી ! દુનિયામાં લાખો કરોડો પરિવાર જીવે છે. દરેકના ઘરમાં દુ:ખનો એકાદ દીવો તો પ્રગટેલો હોય જ છે, એનાથી કેમ આંખો નથી અંજાતી ? દિલમાં ચિરાડો કેમ નથી પડતો ? મનને પ્રયત્નપૂર્વક વાળી લઈને ઈશાને ચાલતાં ચાલતાં ઇષ્ટ મંત્રનો જપ કરવા માંડ્યો. હજી તો સોમગિરિની વાત સાંભળવાની છે – આ બધાંનું પછી થઈ રહેશે. કદાચ ડૉક્ટર માર્શલને મળવાનું પણ બને – શું કહેશે એ ? પોતાને પણ કંઈક જવાબ આપવો પડશે.... શું કરવું જોઈએ ? રજતને મોકલવો જોઈએ ? આવા બધા વિચારોની ગડમથલમાં રસ્તાની ધારે રમતા અપરિચિત બાળકના મીઠા સ્મિત જેવી એક પંક્તિ યાદ આવી ગઈ અને ઈશાન મનમાં ને મનમાં હસી પડ્યો. શકટનો ભાર જ્યમ શ્વાન તાણે... કેવી મઝાની વાત હતી !

ખૂબ હળવે હૈયે એ પોતાના ઓરડામાં ગયો. સોમગિરિ હજી મૂંઝાયેલા ચહેરે આસપાસ જોયા કરતો હતો. એની પાસે જઈને ઈશાન બોલ્યો, 'ખાતિરબરદાશ્ત કુછ ઠીકઠાક હુઈ ?'

'જી.'

'અબ બતાઈયે, ક્યા બાત હૈ ? કૈસે આના હુઆ ?'

'ઈશાનબાબા ! વહાં મેરા મન નહીં લાગતા.'

'ગુરુચરણોંમેં જો લગ ગયા ઉસકે અલાવા ભી એક મન છિપાકે રખ્ખા થા ક્યા, સોમગિરિજી ?'

સોમગિરિ નીચું જોઈ ગયો. ઈશાનનો સ્વર ભલે માયાળુ હોય, એનો પ્રશ્ન બહુ ધારદાર હતો. જવાબ ઝટ જડ્યો નહીં. પછી માંડ માંડ બોલ્યો, 'નહીં જી, ઐસી બાત નહીં હૈ !'

'તો ફિર ?'

'કોઈ એક બાત હો તો બતાઉં – અબ તો સુબહ સે શામ તક કોઈ ન કોઈ પરેશાની રહતી હૈ બાબા ! પતા નહીં યહ સબ ઝમેલા કહાં તક ચલેગા ?

ઔર ફિર હમેશા આપકી બૂરાઈયાં કરતા રહતા હૈ, મુઝસે તો સુના નહીં જાતા.'

સોમગિરિ કોની વાત કરતો હતો તે તરત સમજાઈ ગયું. ફ્રાન્સિસ પણ કંઈક એવું જ કહેતો હતો. ખૂબ ગંભીર થઈને ઈશાને કહ્યું, 'સબ અપની અપની મરજી કે માલિક, સોમગિરિ ! જો ચાહે સો કહે – હમેં ઈસસે ક્યા લેના દેના ?'

'મગર...'

'અગર મગર કુછ નહીં. આશ્રમ છોડનેસે પહેલે પ્રતાપગિરિજીકી આજ્ઞા લી થી ?'

'અબ ઉસકી ક્યા આજ્ઞા લેની બાબા ? ઉસકા તો મૂંહ દેખને કા ભી મન નહીં હોતા.'

'ફિર વહી મન ?'

સોમગિરિ ઈશાનનો કડક ચહેરો જોઈને અંદરથી ધ્રૂજી ઊઠ્યો. તેમ છતાં એણે ઝડપથી પોતાને જે કહેવું હતું તે બધું જ કહી નાખ્યું. આશ્રમના ઘણાબધા સાધુઓ પ્રતાપગિરિના વહીવટથી સંતપ્ત હતા. ગુરુજીના વખતનું સાત્ત્વિક વાતાવરણ રહ્યું નહોતું. આત્મજ્ઞાન માટેની કઠોર સાધનાને બદલે પ્રમાદ, શિથિલતા અને દુન્યવી વાસનાઓનું પ્રાબલ્ય જણાતું હતું. ઈશાન જો હા પાડે તો એકલો સોમગિરિ નહીં, બીજા અનેક સાધુઓ એની પાસે આવીને રહે અને એના આદેશ પ્રમાણે જીવન ગુજારે.

'મતલબ કિ એક દૂસરા આશ્રમ બન જાય ?'

'હાં બાબા.'

ઈશાન હસી પડ્યો. સોમગિરિ આશાથી એની સામે જોવા લાગ્યો કે હમણાં એની વાતનો સ્વીકાર થશે, પણ ઈશાનને તો કંઈ બીજું જ યાદ આવતું હતું. મુંબઈના એક પ્રખ્યાત હાડવૈદના અવસાન પછી એ જ લત્તામાં બીજી બેચાર દુકાનો ઊભી થઈ ગઈ હતી. દરેકના પાટિયા પર હાડવૈદના નામ સાથે લખાયેલું હતું '—હાડવૈદના દીકરાના દીકરા' કે '—હાડવૈદની દીકરીના દીકરા.' અથવા '—હાડવૈદની અસલી દુકાન.' ઓમકારગિરિના ચેલાઓ શું એમના ગુરુની આવી દશા કરશે ? સંસારીઓ શું અહીંથી ત્યાં અને ત્યાંથી અહીં ભટકશે અને શોધી કાઢશે કે સાચો આશ્રમ કયો ને સાચો ઉત્તરાધિકારી કયો ?

'ઈશાનબાબા !'

'યહ કભી નહીં હો સકતા, સોમગિરિ ! ગુરુદેવકા એક હી આશ્રમ થા. વહ બના રહેગા.'

'તો ફિર આપ લૌટ આઈ યે બાબા !'

'લૌટને કે લિયે તો નહીં ચલે થે ન ? ઔર ફિર ગેરુઆ ભી તો કોઈ ખેલ નહીં, ચાહે તબ પહન લિયા, ચાહે તબ ઉતાર દિયા !'

'યહી બેસમેં આ જાઈયે બાબા, આપકા આના બહોત જરૂરી હૈ. અગર આપને આને સે ઇન્કાર કર દિયા તો યહ આશ્રમ ટિકનેવાલા નહીં.'

'ઐસા કભી નહીં બોલના સોમગિરિજી ! ગુરુદેવ સત્યસંકલ્પ થે, ઉનકે આશ્રમકા કોઈ કુછ નહીં બિગાડ સકતા. આશ્રમ રહેગા. આપ સબ ઉસી તરહ રહેં જૈસે પહલે રહતે થે. આશ્રમનિવાસ આત્મસાક્ષાત્કાર કે લિયે હૈ. છોટીમોટી ચીજોં કી ઓર ધ્યાન હી નહીં દેના ચાહિયે...ચલિયે, બેકારકી બાતોં મેં બહોત સમય ગંવા દિયા. ધ્યાનકા સમય હો ગયા હૈ.'

ઘણા વખત પછી સોમગિરિએ ઈશાનની સમીપ બેસીને મંત્રજાપ કર્યો, ઈશાનને મોંએથી ઓમકારનો ગુંજારવ સાંભળ્યો. ચિત્ત પ્રસન્ન થઈ ગયું. ઈશાન તો ધ્યાનમાં લીન હતો. એના ચહેરા સામે જોઈને સોમગિરિના મનમાં સુખની લહેરો જાગવા લાગી. નસીબદાર છે ને આ શહેરના લોકો ! એમને ઈશાનબાબાનું સાન્નિધ્ય મળશે. જ્યારે ઇચ્છે ત્યારે દર્શનનું સુખ, ઉપદેશનું સુખ, સત્સંગનું સુખ...

નિત્ય નિયમ મુજબ દૂધના કટોરા હાજર થઈ ગયા હતા. ઊઠ્યા પછી ઈશાને એ તરફ હાથ કર્યો. સોમગિરિએ એક કટોરો ઊંચક્યો અને શરમાઈને કહ્યું, 'બાબા ! ભૂલ હો ગઈ. માફ કરના.' ઈશાને સ્મિત કરીને પ્રેમથી એની સામે જોયું. સોમગિરિએ એના હાથમાં કટોરો મૂકીને બીજો લીધો અને ઈશાન પહેલાં પીએ એની રાહ જોવા લાગ્યો. દૂધ પી લીધા પછી એણે પોતાની જાતને જ કહેતો હોય એમ ધીમેથી કહ્યું, 'વિવેકગિરિને તો બતાયા હી થા.'

'ક્યા કહતે થે વિવેકબાબા ?'

'કહતે થે, ઈશાનબાબા નહીં આયેંગે. તુમકો ભી અપની પાસ નહીં રખેંગેં.'

'સહી બતાયા ન ઉન્હોંને ?'

'બડે પહુંચે હુએ સંત હૈં વિવેકગિરિ... સચ પૂછા જાયે તો ઉન્હેં ભી પ્રતાપગિરિકી હરકતેં પસંદ નહીં મગર કુછ બોલતે નહીં. એક બાર હમ લોગોંને બહુત તંગ કિયા તબ કહને લગે, ગુરુગદ્દી પર બૈઠા હૈ – આપ હી ઠીક હો જાયેગા.'

'કિતના અચ્છા કહા બાબા ને !'

પછી ક્યાંય લગી વાતો ચાલી, વિવેકગિરિની અને આશ્રમના સંતો – ભક્તોની, ગાયની, ઉત્સવોની અને સૌથી વધારે તો ગુરુજીની. એમના એક એક બોલ યાદ કરીને બન્ને એક ઊંડા શીતળ આનંદનો અનુભવ કરવા લાગ્યા.

'ઈશાનબાબા ! કમસે કમ કભી કભી દર્શન કે લિયે આને કી અનુમતિ તો

દીજિયે !'

'કહાં આઓગે સોમબાબા ? હમારા કોઈ પક્કા ઠિકાના તો હૈ નહીં.'

'પંડ્યાજીને આપકે બડે ભાઈસા'બકા પતા દિયા થા. વહીં સે હમેં યહાં ભેજા ગયા. છોટે ભાઈસા'બ ઈસી મકાનમેં રહતે હૈં ન ?'

'રહતે તો હૈં... પર વિરજાહોમ હો જાને કે બાદ ભી કોઈ કિસીકા ભાઈ હોતા હૈ ક્યા ?'

'જી ! તો ફિર આપ ઈસી ભક્તજન કે પાસ ઠહર જાયેંગે ?'

'પતા નહીં. અબ આપ વિશ્રાન્તિ કરેં. મુઝે યહ કિતાબ પૂરી કરની હૈ. કલ આપકે સાથ આશ્રમ મેં લે જાઈયે ઔર પ્રતાપગિરિજી કો પકડા દીજિયે.'

'વે ક્યા કરેંગે ?'

'પતા નહીં, ગુરુજીને સેવા દી થી. કહતે થે, કભી કિસીકે કામ આયેગી. અચ્છા, હરિ ઓમ્ !'

'હરિ ઓમ્ !'

એ રાતે સુવાયું નહીં. અનુવાદનું કામ ધાર્યા કરતાં વધારે બાકી હતું, પણ પૂરું કરવું જ જોઈએ. સોમગિરિની સાથે મોકલવાની તક ખોવાય નહીં. લખતાં લખતાં આસપાસનું ભાન ભુલાઈ ગયું. એકેક શબ્દ પાળેલા પંખીની જેમ પાસે આવે છે, હથેળીમાંથી ચણ લઈને ઊડી જાય છે. ઈશાન તો ક્યાંય કશું કરતો નથી. ગુરુજી પોતે પોતાનું કામ એની આંગળીઓ મારફત કરાવે છે. ખરી મઝા છે આ. છેલ્લો ફકરો આવ્યો ત્યારે કંઈક સૂનાપણું લાગવા માંડ્યું. આ અનુવાદ ઈશાનને ઓમકારગિરિ સાથે સાંધતો છેલ્લો તંતુ હતો. એનું કામ ચાલતું હતું ત્યાર લગી મનમાં એક સલામતીની ભાવના હતી. પોતે ગુરુદેવની નિશ્રામાં છે. હંમેશ કરતો એમ આજે પણ એમના આદેશનું પાલન કરે છે. ગુરુદેવ એની પાસે છે. એમની અમીદૃષ્ટિ એના પર છે. પણ—પણ....આ પતી ગયા પછી શું ? પછીના બધા દિવસો, કલાકો, મિનિટો—બસ, બધું એનું એકલાનું ? આ છેલ્લી જવાબદારી તે એનું છેલ્લું બંધન હતું – એ તૂટી ગયા પછી ઈશાન આ સંસારમાં સાવ એકલો – જે ફાવે તે કરે, જ્યાં ફાવે ત્યાં ફરે, એમ ? ગુરુની એને માટે કોઈ આજ્ઞા નહીં ?

મનમાં બહુ ઓછું આવવા લાગ્યું. બારી બહાર અજવાળું થવા માંડ્યું હતું, કાગડાના અવાજથી આ કર્મઠ મુંબઈ શહેર જાગવા લાગ્યું હતું – સોમગિરિ જાગે તો સારું. એની સાથે બે વાતો કરાય. કેટલું સારું લાગતું હતું કાલે રાતે ! ઉત્તરકાશીનું જગત પાછું સજીવન થયું હતું.... એ ગંગાસ્નાન, એ પ્રાતઃકાળની સાધના ઉપાસના અને તલ્લીનતાથી થતા શાસ્ત્રાભ્યાસમાં ખોવાઈ જતો દિવસ. ગુરુદેવનું સ્નેહભર્યું

સ્મિત અને જવલ્લે જ બોલાતા બેચાર શબ્દો એટલું જ પૂરતું હતું ઈશાનને માટે. કોઈના વત્સલ અંકમાં ચારે બાજુથી સુરક્ષિત બનીને પોતે બેઠો છે. આજ્ઞાપાલન સિવાય કંઈ કરવાનું નથી. કંઈ વિચારવાનું નથી... ક્યાંય કશો થાક નથી, પ્રયત્ન નથી... એક અનાયાસ આનંદભર્યું નિર્મળ જીવન છે, જેને સમયખંડમાં વહેંચાય નહીં, પુરાય નહીં.

ગુરુદેવ ક્યાં ચાલી ગયા ? પોતે ક્યાં ફેંકાઈ ગયો ? હવે આ સોમગિરિ પણ જતો રહેશે, આશ્રમના દિવસોનો એકમાત્ર સાક્ષી. પછી ઈશાન કોની સાથે વાતો કરશે ? મનમાં ડૂમો ભરાઈ આવ્યો. સાથે ગ્લાનિની એક લાગણી... એ તો પાસે રહેવા આવ્યો હતો, પોતે જ એને હડસેલી કાઢ્યો છે. વારુ, જો એ જાતે ઉત્તરકાશી જાય તો શું થઈ જાય ? આશ્રમમાં નહીં જવાનું....કશેક આઘે, રુદ્રપ્રયાગ કે ગુપ્તકાશી જઈને પણ રહી શકાય. ગંગાની અવિરત વહેતી કાનમાં ઝીણું ઝીણું કંઈ કહેતી ધારાની સોબતમાં જરાયે એકલું ન લાગે. પર્વતનાં શિખરો પર ચમકતા બરફ સામે જોઈને ગુરુજીને પળે પળે યાદ કરી શકાય... એવું ધારી શકાય કે તેઓ ક્યાંય ગયા નથી, અહીં જ છે. કહે છે, 'બેટા, ચલતે રહના, પહુંચ જાના !'

એમના શબ્દો યાદ આવતાં જ ઈશાનનો કલ્પનાવિલાસ પૂરો થઈ ગયો. તેઓ જો અત્યારે એના મનની આવી કમજોરી જાણે તો કેવું હસે ! કહે, 'આખિર ચોલા હી પકડ લિયા ન, ઈશાન !' સાવ સાચી વાત છે. આવું બધું ન વિચારાય. ગુરુ તો પાસે જ છે, નિરંતર અંતરમાં બિરાજે છે. એમની પાસે વિનમ્ર ભાવે બેસીને પૂછીએ તો આદેશ મળે જ મળે–એમાં કશો જ શક નથી. ઈશાન અનાથ નથી, એકલો નથી. અંદર બહાર સર્વવ્યાપી ચૈતન્યથી એ તસુભાર વેગળો નથી.... પુસ્તક પૂરું કરીને ઈશાને પ્રણામ કર્યા. ગુરુની આજ્ઞાનું પાલન કરી શકાયું એનો આનંદ અનુભવીને એણે સોમગિરિને મૃદુતાથી કહ્યું, 'સોમબાબા ! સબેરા હો ગયા હૈ !'

જાગતાંની સાથે બાળકની જેમ મલકીને સોમગિરિએ હાથ જોડ્યા અને ઝટપટ ઊઠીને નિત્યકર્મમાં પરોવાયો... સારો સંત હતો આ સોમગિરિ ! વિહ્વળ થઈને નાસી આવ્યો તે એની ભૂલ, બાકી સંસાર ભણી એનું લક્ષ નથી. થોડો અફળાશે ટિપાશે, પણ આખરે પહોંચશે ખરો... ગુરુજીએ એને માથે હાથ મૂક્યો છે. ગુરુમંત્ર આપ્યો છે. એ કદાપિ રખડી નહીં જાય.

અને....પ્રતાપગિરિ પણ પ્રારબ્ધ પ્રમાણે થોડા આડાઅવળા ખેલ ખેલી લીધા પછી જાગશે તો ખરો જ. એ પણ ઓમકારગિરિનો જ શિષ્ય છે ને ! મહત્ત્વાકાંક્ષા સંતોષાઈ જશે પછી એ એની મેળે જ સમજશે. ગાદીની ગરિમા જાળવશે. અને – જે દિવસે એને ખાતરી થશે કે ઈશાન મારો હરીફ નથી તે દિવસે સ્નેહથી યાદ

કરશે પણ ખરો. શી ખબર ભવસાગરમાં આ બન્ને નશ્વર દેહ ક્યાંના ક્યાં ફંગોળાઈ ગયા હશે – પ્રત્યક્ષ મિલન થાઓ ન થાઓ, પણ આ પળે તો ઈશાન એના પરમ કલ્યાણની સાચા મનથી કામના કરે છે.

સોમગિરિના હાથમાં પુસ્તક મૂકતાં ઈશાને બહુ સ્નેહથી કહ્યું, 'પ્રતાપગિરિ કે હાથમેં યહ દે દેના. જો ચાહે સો કરે...ઔર હાં, હમારી ઓરસે 'ઓમ્ નમો બ્રહ્મણે' બોલ દેના. કહના, અપની સેહત કા ખ્યાલ રખ્ખે.. આશ્રમ કી જિમ્મેવારી જો ઉન્હીં કે કંધોંપે હૈ !'

'જી ! બોલ દૂંગા.'

ઈશાનનો આવો કોમળ અવાજ સોમગિરિએ ક્યારેય સાંભળ્યો નહોતો. વિસ્મય પામીને એ મૂંગો રહી ગયો. બાકી એને ઘણુંબધું પૂછવું હતું. એક તો એ કે એની પાછા જવાની વ્યવસ્થા શી રીતે થશે, બીજું એ કે પ્રતાપગિરિ પાસે કઈ રીતે જવું – આ આમ ને આમ ચાલી આવ્યા બાબત શું બહાનું કાઢવું, ત્રીજું એ કે આશ્રમનું સંચાલન સારું થાય તે માટે પોતે શું કરવું, ચોથું એ કે પોતાની આધ્યાત્મિક પ્રગતિ બાબત ઈશાન મદદ કરશે કે નહીં – કંઈ નહીં તો પત્રવ્યવહારથી પણ સંપર્ક રાખશે કે નહીં... પણ એકે વાત થઈ શકી નહીં. પુસ્તક ઠેકાણે મૂકે તે પહેલાં છગન આવીને ઈશાનને બહાર લઈ ગયો.

નિરંજનભાઈનો બેઠકનો ઓરડો તો હજુ આઘો હતો ત્યારથી જ અર્ણવ અને આશુતોષના અવાજ સંભળાવા લાગ્યા. ઈશાનને ઘણી નવાઈ લાગી. અત્યારના પહોરમાં આ લોકો અહીં ક્યાંથી ?

જેવો તે અંદર પેઠો કે તરત આશુતોષે જરા સત્તાવાહી અવાજે કહ્યું, 'જો ઈશાન, તારે અહીંથી આપણે ત્યાં જ આવી જવાનું છે, સમજ્યો ?'

'નહીં આશુભાઈ, ધેટ ઈઝ નૉટ ફે...ર ! મારે ત્યાં તો એ હજુ રહ્યો જ નથી. માંડ એકાદ-બે દિવસ... હવે તો એને હું જ લઈ જવાનો છું. એ કંઈ તમારો એકલાનો ભાઈ નથી.'

'તેં એને કેવી રીતે રાખેલો તે હું જાણું છું.'

'અને તમે ?'

બન્ને જણાનો ગુસ્સો ને હોંસાતોંસી ઈશાનને સમજાયાં નહીં. એણે આસ્તેથી પૂછ્યું, 'શું થયું છે ?'

અર્ણવે બોલવા માંડ્યું, 'મને બધી ખબર પડે છે. આ લોકો તને સ્વિટ્ઝરલેન્ડ લઈ જવાના છે. એ હું નહીં ચલાવી લઉં. ધે કાન્ટ મોનોપોલાઈઝ યુ. યુ આર માય બ્રધર !'

'એન્ડ માઈન !' આશુતોષ ઘૂરક્યો. 'ઈશાન, મેં તારા મેડિટેશન ક્લાસીઝ માટે બધી તૈયારી કરી નાખી છે. આઈ વિલ મેનેજ ધ હોલ શો...'

'ઍન્ડ પૉકેટ ઑલ ફીઝ !' અર્ણવ એવા અવાજે બબડ્યો કે ઓરડાની બહાર ન સંભળાય, પણ આશુતોષને બરાબર ઝાળ લાગે. ગુસ્સે ભરાયેલો આશુતોષ કંઈ પણ બોલે તે પહેલાં ઈશાને ધીમા, પણ મક્કમ અવાજે કહ્યું, 'પણ મારે આવા કોઈ ક્લાસીઝ કાઢવા નથી.'

'તો શું પેલા બાવા સાથે પાછું ઉત્તરકાશી જવું છે ? ઈશાન, ધેટ પ્લેઈસ ઈઝ નૉટ સેઈફ ફોર યુ. આ તો એક ટ્રેપ છે, તને પકડવા માટેનું છટકું. પેલો પ્રતાપગિરિ તારી સામે પોલીસમાં ફરિયાદ નોંધાવતાં જરાયે ખંચકાય એવો નથી, સમજે છે ? હી હેઈટ્સ યુ લાઈક પોઈઝન – એણે જ તને ફસાવીને લઈ આવવા માટે આ બાવાને મોકલ્યો છે, જાણે છે ?'

આશુતોષની વાત પૂરી થાય એ પહેલાં અર્ણવે બોલવા માંડ્યું, 'આશુભાઈ ઇઝ રાઈટ, ઈશાન ! મને પંડ્યાએ બધું કહ્યું છે ને ! અને આ બાવાઓનું ભલું પૂછવું, એ લોકો તો કંઈ એવા મંતરજંતર કરે ને – માણસ માંદો પડે ને મરી પણ જાય !'

ઈશાન હસ્યો, 'એવું નથી હોતું, અર્ણવભાઈ ! હુંયે પહેલાં બાવો જ હતો ને !'

'હા, તે તેંય આ શેઠના છોકરાને મરતો બચાવ્યો ને ! આ મંતરબંતરનું બેધારી તલવાર જેવું છે. તારેય ખરા ને મારેય ખરા. કેમ આશુભાઈ ?'

'બરાબર છે. અને આઈ ટેલ યુ, યુ આર ફેમસ ઈન ધિસ સીટી. ઈશાન, જોજે તો ખરો, વિથ પ્રોપર પબ્લિસિટી ભલભલા રુસ્તમ તને અહીં પગે પડતા આવશે.'

'તેમાં મને શો ફાયદો ?'

'શો ફાયદો ? અરે મૂરખ, તને જે જોઈએ તે તે મળશે. બધાં તારો પડ્યો બોલ ઝીલી લેશે. રાતદહાડો તારી આગળપાછળ ફરશે. પેલો પ્રતાપગિરિ છોને એનું ઉત્તરકાશી પકડીને બેસી રહેતો ! અહીં તારો એવો ડીલક્સ આશ્રમ થશે કે ન પૂછો વાત !'

'પણ હું સંન્યાસી નથી. મારો આશ્રમ ન હોય.'

'અરે, સંન્યાસી કી ઐસીતૈસી – તું તારે ચાલ ને આપણે ઘેર ! આ લોકો પાછા તને ઊંધુંચત્તું સમજાવીને સ્વિટ્ઝરલેન્ડ ન ઉપાડી જાય. કેમ અર્ણવ ?'

'હા, પણ હવે એ મારે ઘેર રહેશે. નહીં ઈશાન ?'

'જોઈએ. હજુ તો મારે પ્રાતઃસંધ્યા પણ બાકી છે. હું જાઉં ? આપણે પછી વાત કરીશું.'

'આટલો મોડો ઊઠે છે તું ?'

'ના, કાલે હું સૂતો જ નથી.'

આ છોકરાને માટે એવા વગર મફતના ઉજાગરા કરવાની શી જરૂર ? ઈશાન ! તને ખબર નથી, અહીંના લોકો તને એવો એક્સ્પ્લોઈટ કરશે ને ! તું તારી મેળે આપણે ઘેર આવી જા.'

'કાલે તો હું પેલું પુસ્તક પૂરું કરવા માટે જાગ્યો હતો આશુભાઈ !'

'ઓ, થઈ ગયું ? ચાલ, આપણે એની ડીલક્સ એડિશન કાઢીશું.–યુ વિલ બી ફેમસ !'

'હં.'

'અને ઈશાન ! અમને પૂછ્યા વગર કંઈ કમિટ ન કરતો !'

'વારુ. હવે જાઉં ?'

બન્ને ભાઈઓ કમને ઊઠ્યા. એમના મનમાં જાતજાતનાં વમળ ઊઠ્યાં હતાં. એક સુવિખ્યાત સંન્યાસીના – સંન્યાસી નહીં તોયે ચમત્કારી પુરુષના ભાઈ હોવાને લીધે એમના જીવનનાં અનેક પરિમાણો વધી ગયાં હતાં. એને પહેલેથી સારી રીતે રાખ્યો હોત તો આમ પાછો લઈ જવા માટે ફાંફાં ન મારવાં પડત. એ વિચારથી થોડો પસ્તાવો પણ થતો હતો, પણ વળી પાછો વિચાર આવતો હતો કે ઘરમાં ને ઘરમાં પડી રહ્યો હોત તો એનામાં આવી મડદાંને બેઠાં કરવાની શક્તિ છે એની ખબર પણ ક્યાંથી પડત ? નિરંજનભાઈનો રજત એટલે પતી ગયેલો મામલો, એવું જ બધા માનતા હતા. એમાંથી એ છોકરો બેઠો થયો, ખાતોપીતો ને બોલતો થયો એટલે શું ? એ કંઈ જેવી તેવી વાત કહેવાય ? હવે તો આ ઈશાનને ક્યાંય જવા ન દેવાય. એની ભેગો આપણોયે બેડો પાર ! પણ અંદરઅંદર પાછી હરીફાઈ હતી. ઈશાન કોને કબજે રહે તે નક્કી નહોતું થતું. એટલે બન્ને સાવધપણે એકબીજાની ચાલ જોતા હતા. એકબીજા પર નજર રાખતા હતા.

અત્યંત દુઃખી થઈને ઈશાન સ્નાનસંધ્યાથી પરવાર્યો. આ એના ભાઈઓ અંગત ફાયદા ગેરફાયદાની ગણતરીમાંથી ઊંચા જ નહોતા આવતા. એમને ક્યારેય વિચાર નહીં આવતો હોય કે આ શ્વાસનું પંખી એક દહાડો તો શરીરના પીંજરામાંથી છટકવાનું જ છે ? શું કામ લાગશે તે વખતે આ બધી નફાનુકસાનની વાતો ? જે દુનિયા દેખાવાની જ નથી તેમાં મોટા થયાથીયે શું ને પૈસાના ઢગલા કર્યાથીયે શું ?

સોમગિરિની પાછા જવાની વ્યવસ્થા કરવાનું કોને કહેવું ? એક ટિકિટ જેટલા

પૈસા કદાચ પોતાની પાસેથી નીકળે... કદાચ થોડા ખૂટે...નિરંજનભાઈ જાણે તો તરત જ ગોઠવણ કરે, પરંતુ ઈશાનને હજી કશું પણ માગવામાં ક્ષોભ થતો હતો. પાસે જતાં જ સોમગિરિએ ઇંતેજારીથી પૂછ્યું.

'બાબા ! નહીં આયેંગે ?'

'અબ તો નહીં.'

'યહીં ઠહરેંગે ?'

'પતા નહીં.'

વિચારમાં ડૂબેલા ઈશાનને ફરી પાછો કોઈએ બોલાવ્યો. ટેલિફોન હતો. અતિશય ઉત્સાહથી ઊભરાતા અવાજે મિહિકા બોલતી હતી, 'સાધુ અંકલ ! મારી પાસે દાદીનો ફોટો છે. તમારે જોઈએ છે ? મારા લૉકિટમાં છે. પહેલાં તો એ દાદીનું જ હતું. એટલે એમાં છે. હું તમને ગિફ્ટ આપું ?'

'ના મિહિકા ! મારે ફોટો જોઈતો નથી.'

'તમે શોધતા હતા ને ? પપ્પા કહેતા હતા.'

'મારે ખાલી જોવો હતો.'

'ઓ, ધેટ્સ ગૂડ ! તમને જોવા મોકલું ? હું લઈ આવું ?'

'ના બેબી ! હવે નહીં.'

'કેમ ?'

'એમ જ. અને – મિહિકા ! ગૉડ બ્લેસ યુ !' કહી ઈશાને ફોન મૂકી દીધો. એક જૂનો અને એક નવો – બન્ને લાગણીના તંતુનો એકસાથે અંત આણી દઈને એ પોતાનો થોડો અમથો સામાન વ્યવસ્થિત કરવા લાગ્યો.

થોડી વાર પછી નિરંજનભાઈ આવ્યા. જરા સંકોચથી એક બાજુ ઊભા રહ્યા. ઈશાને સામે જોયું એટલે હાથ જોડીને કહેવા લાગ્યા, 'આ રજતની ચિંતામાં સ્વામીજીની બરાબર આગતાસ્વાગતા થઈ નથી. એમને માટે જે કંઈ જોઈતું હોય તે કહેજો હં !

'એમને આજે પાછા જવું છે. ટિકિટની ને બધી વ્યવસ્થા થઈ શકશે !'

'અરે – કહેવાનું હોય કંઈ ?' કહી નિરંજનભાઈએ એક માણસને બોલાવીને સૂચના આપી. પછી સહેજ ઓશિયાળા થઈને ઈશાનને કહેવા લાગ્યા, 'કલાક પછી ડૉક્ટર આવશે. તે પહેલાં તમે રજતને સમજાવશો ? જુઓ, મારે તો તમે કહેશો તે જ કરવાનું છે.'

'અને મારે – ડૉક્ટર કહેશે તે !' કહી ઈશાન હસ્યો.

રજતના ખંડમાં રજત અને ઇપ્સિતા બે જ હતાં. ઈશાન આવીને સહજભાવે

પથારીની ધારે બેઠો.

'અરે, અરે ! બાબા ! આપ અહીંયાં બેસો ને !' રજતે ખુરશી બતાવી.

'ના, અહીં બરાબર છે.' કહી ઈશાને રજતનું ઓઢવાનું ખસેડ્યું. અંગૂઠાની કાળાશ થોડી આગળ વધી હતી. ધ્યાનથી જોઈને ઈશાને પાછું ઓઢવાનું સરખું કર્યું અને રજતને હસીને પૂછ્યું, 'આ ક્યો નવો ખેલ છે, મહાત્મા ? કેમ રંગ બદલવા માંડ્યો છે ?'

'શી ખબર, બાબા ! પણ કંઈ થતું નથી.'

'તમને નથી થતું, પણ જોનારાઓને તો થાય છે ને !'

'શા માટે ? ફિલ્મ પહેલાં જેમ ટ્રેઈલર – એવું છે આ તો. આખા દેહની જે દશા થવાની છે તેનો આ તો એક નમૂનો છે, જોઈ લેવાનો.'

'આ શું બોલે છે રજત ?'

'ખોટું બોલું છું ? આ શરીર એક દિવસ તો બળવાનું જ છે ને ? રંગ કાળો કોલસા જેવો થવાનો જ છે ને !'

'રજત !' ડૂસકું ભરીને ઇપ્સિતા બહાર ચાલી ગઈ. ઈશાન ગંભીર થઈ ગયો. નવા નવા વૈરાગ્યના કેફમાં રજત એ ભૂલી જતો હતો કે પોતાના શબ્દોની સાંભળનારા પર શી અસર થાય છે.

'બાબા ! તમે નારાજ થઈ ગયા ?'

'નારાજ તો શું ? પણ આ બધું બોલવાની કંઈ જરૂર નહોતી. જો, ઇપ્સિતાને કેવું રડવું આવ્યું ? જ્યારે જે થવાનું હશે તે થશે. એને આજથી રડાવીને શું કામ છે, રજત ? અને અંગૂઠો કાળો પડે એટલે મરણ નિશ્ચિત એવું તો કંઈ નથી.'

'મરણ તો જન્મ્યા ત્યારથી જ નિશ્ચિત છે ને બાબા ? તમે જ ઉત્તર-કાશીમાં નહોતા કહેતા ?'

'કહેતો હતો.' હસીને ઈશાને રજતને ગાલે ટપલી અડાડી. 'પણ તારે બીજા બધાની લાગણીની દરકાર રાખવી જોઈએ ને ભાઈ ? કહ્યાથી શું વિશેષ છે ? ધાર કે નિરંજનભાઈ સાંભળે. એમને કેવું લાગે ? અત્યારે આ છોકરી રડતી રડતી બહાર ગઈ એથી તને શો ફાયદો થયો ?'

'હું તો તમને કહેતો હતો. એ નકામી સાંભળી ગઈ.'

'વારુ, તો હવે એને બોલાવ, અને રાજી કર.'

રજત કંઈ બોલ્યા વિના ઈશાનની સામે જોઈ રહ્યો. એને ઈશાનની વાત ગળે નહોતી ઊતરી. કોઈએ કોઈનો મોહ શા માટે રાખવો જોઈએ ? રજતનો દેહ સડે કે પડે તેમાં ઇપ્સિતાને શું ? રજતને ખુદને ય શું ?

'મહાત્મા ! જરા નીચે આવો. આ પણ એક કર્તવ્ય છે. કૃષ્ણ મથુરા ગયા ત્યારે યશોદામાએ કલ્પાંત નહોતું કર્યું ? એમને કોઈએ પૂછ્યું હતું કે કૃષ્ણ અહીંયાં રહે કે જાય તેમાં તમારે શું ?'

'ઓ – યશોદાજી આખરે તો એક સ્ત્રી !'

'અને રામચન્દ્રજી ? રાવણ સીતાને હરી ગયો ત્યારે વિલાપ કરીને કોણે અરણ્યનાં ઝાડવાંને પણ રડાવ્યાં હતાં ? એ તો પુરુષ હતા – અવતારી પુરુષ – પરમાત્મા જ ! છતાં કેમ રડ્યા ? લાગણીને તુચ્છકારથી ન જોવાય, રજત ! ઈશ્વરના આ લીલામય જગતની એ પણ એક માધુરી છે. એમાં ડૂબી ન જા, પણ એનું સન્માન કર.'

'અરે ઈશાનબાબા ! વારુ, બોલાવો એને ! પણ એક વાત કહી રાખું છું હં, હું સ્વિટ્ઝરલેન્ડ નથી જવાનો...જોજો, તમે એ લોકો ભેગા મળી ન જતા.'

'તું શા માટે નથી જવાનો, રજત ?'

'મને કંઈ નથી થયું. હું બિલકુલ બરાબર છું. તદ્દન ઑલ રાઈટ ! આ ડૉક્ટરો નકામા પપ્પાને ગભરાવે છે. ત્યાં જઈને શું કરી નાખવાના છે ડૉક્ટર માર્શલ, કહો ! એમનો ભાઈબંધ કોક છે એને ખટાવવાની બધી બાજી છે. અરે ભાઈ, એમ ને એમ આપી દો ને એને જે આપવું હોય તે ! ખાલીપીલી બધાને શું કામ હેરાન કરો છો ? અને સાચું કહું ? એક અંગૂઠો કાળો રહે કે ધોળો, મને કંઈ ફેર નથી પડતો. હું નથી જવાનો.'

'મહાત્મા ! તમે તો જ્ઞાની છો. તમને શો ફેર પડે છે, અહીં હો કે સ્વિટ્ઝરલેન્ડ ?'

'પડે છે. ત્યાં મારા ઈશાનબાબા નથી.'

'અને કોણે કહ્યું કે અહીંયાં છે ?'

રજતની આંખો એકદમ પહોળી થઈ ગઈ. ગભરાઈ જઈને તે બોલ્યો, 'એવી મશ્કરી નહીં કરો, બાબા ! મારે તો હજી તમારી પાસે કેટલું બધું શીખવાનું છે ? તમે જ કહેતા હતા કે બ્રહ્મને જાણ્યા વિના દેહ ન મુકાય. હવે મને મૂકીને જવાની વાત કેમ કરો છો ?'

'હું તો બ્રહ્મ નથી, રજત ! મારા રહ્યાથી કે જવાથી શો ફેર પડે છે ?'

'પડે કેમ નહીં બાબા ? તમે તો મારું સર્વસ્વ છો.' કહેતાં કહેતાં રજતની આંખોમાંથી પાણી વહેવા લાગ્યાં. આસ્તેથી તે લૂછી નાખીને ઈશાને એના માથા પર સ્નેહથી હાથ ફેરવ્યો.

'શાંત થા, રજત ! બ્રહ્મજ્ઞાન થવા માટે કોઈ વ્યક્તિની હાજરીની જરૂર નથી.

વાંચવું, વિચારવું, જપ, તપ, ભજન, કીર્તન, ધ્યાન, સેવાપૂજા બધું પોતાની મેળે જ કરવું પડે છે. ગુરુકૃપા, ઇષ્ટકૃપા, મંત્રકૃપા, ગ્રંથકૃપા ગમે તે એક થાય તો અંતરનાં દ્વાર ખૂલી જાય. માર્ગ દેખાય, પણ ચાલવું તો જાતે પડે ને ! તું તારી મેળે ચાલ. પહોંચી જવાશે. અટકીશ નહીં, આડોઅવળો જઈશ નહીં. પહોંચાશે, જરૂર પહોંચાશે બેટા ! ઈશાનબાબાનું તારે હવે કશું કામ નથી.'

'નહીં....એવું ન બોલો. તે વખતે ખબર છે, તમારા એકલાનો જ અવાજ મને સંભળાતો હતો. તમે કહેતા હતા – અથાતો બ્રહ્મજિજ્ઞાસા... હવે મને બ્રહ્મજ્ઞાન થયા વગર તમારાથી ક્યાંયે ન જવાય બાબા !'

'કોણ જાય છે ને કોણ આવે છે રજત ? ઓમકારબાબાએ દેહ છોડી દીધો, પણ સદૈવ સાથે ને સાથે જ રહે છે – અંતરમાં. સ્થૂળ દેહની માયા શી ? તું જ હમણાં ઇપ્સુને રડાવતો હતો તે ભૂલી ગયો ? હવે પાછો તું ઢીલો થાય છે ?'

'મારી ભૂલ થઈ ગઈ. એને બોલાવો. હમણાં ને હમણાં જ બોલાવો.'

'ઇપ્સિતા !' ઈશાને બારણા આગળ જઈને બૂમ પાડી. થોડી વારમાં એ આંખો લૂછતી લૂછતી આવી. ઈશાન પાસે જરા અટકીને અશ્રુભીના અવાજે બોલી, 'બાબા ! રજત સ્વિટ્ઝરલેન્ડ જવાની ના પાડે છે.'

'હવે ના નહીં પાડે.'

'વાહ ! તમે પણ આવશો ને બાબા ?'

'તું અંદર જા, એ તારી રાહ જુએ છે.' કહીને ઈશાને ચાલવા માંડ્યું. સીધો નિરંજનભાઈ પાસે ગયો અને કહ્યું, 'ચિંતા ન કરશો. રજત ડૉક્ટરનું કહ્યું માનશે.'

'તમે પણ અમારી સાથે ચાલો. દેશ બહુ રળિયામણો છે. જોવા જેવો છે.'

'વસુંધરાનો કયો ખૂણો જોવા જેવો નથી ? આપણે તો – છીએ ત્યાં જ ઠીક. મને માફ કરો !'

'તો બીજી એક વિનંતી માનવી જ પડશે. અમે સ્વિટ્ઝરલેન્ડથી પાછા આવીએ ત્યાર લગી તમે અહીંયાં જ રહો. ઑફિસના બે માણસો સવારસાંજ આંટો મારી જશે. તમને જરીકે અગવડ નહીં પડે.'

'જોઈએ.'

'અને આ ડાઘાનું તમને શું લાગે છે મટી જશે ને ?'

'એનો વિચાર છોડી દો વડીલ. ડૉક્ટર ડૉક્ટરનું કામ કરશે. નિષ્ણાત છે, તમારા હિતેચ્છુ છે, એમને મટવાની આશા હશે તો જ આટલે દૂર લઈ જતા હશે ને ?'

'એ વાત સાચી. અને હા, પેલા બાવાજીને માટે દિલ્હી લગીની પ્લેનની ટિકિટ

કરાવી છે. ત્યાંથી મારી ઑફિસનો માણસ એમને કારમાં ઉત્તરકાશી મૂકી આવશે. બરોબર ને ?'

'આપ જે કરો તે બરોબર.' કહી ઈશાન સોમગિરિને ખબર કરવા ગયો, પણ મનમાં બરોબર તો નહોતું લાગતું. અધધધ, કેટલા બધા પૈસા ! સોમગિરિને કંઈ પહોંચવાની એવી ઉતાવળ નહોતી.

આવો વૈભવ જોઈને વળી એને ને બીજા સાધુઓને મનમાં શાયે વિચાર આવે ! હશે, જે થયું તે થયું. સોમગિરિ તૈયાર થઈને જ બેઠો હતો. એને કહ્યું, 'સોમગિરિજી, આપ તો હવાઈ જહાજ મેં જાયેંગે...યહાં સે દેહલી ઔર દેહલી સે ઉત્તરકાશી તક ઈનકી મોટર આપકો છોડ આયેગી.'

'ક્યા કહતે હૈં, ઈશાનબાબા ?'

'બિલકુલ સચ !'

નીકળવાને થોડી વાર હતી. ફરી પાછી વાતો થઈ. છેલ્લે એકદમ લાગણીવશ થઈને સોમગિરિએ ઈશાનના હાથ પકડી લીધા, 'કમસે કમ એક વાદા કીજિયે !'

'ક્યા ?'

'કભી સેહત કુછ ખરાબ હુઈ... સોમગિરિ કો પતા કરના બાબા !'

'ક્યોં ?'

'સેવા કા મૌકા નહીં દેંગેં હમેં ?'

'રામ રામ... આપ સાધુ હૈં, આપસે કૈસે સેવા લે સકતે હમ ?'

'બાબા, બહોત હો ચૂકા યહ નાટક.' બોલતાં બોલતાં સોમગિરિની આંખોમાં ઝળઝળિયાં ભરાઈ આવ્યાં. એની વાત પણ ખોટી નહોતી. એ ખૂબ પાછળથી સાધુ થયેલો એટલે એનાથી મોટા બધા સાધુઓની એણે બને એટલી સેવા કરી હતી. માત્ર કપડાં બદલવાથી ઈશાનબાબા સેવાને યોગ્ય નથી રહ્યા એવું એ કંઈ રીતે માની લે ?'

એને ભેટીને ઈશાને બરડા પર હાથ ફેરવ્યો. કહ્યું, 'અચ્છી બાત હૈ, અગર ઐસા કુછ હુઆ તો બતા દેંગે. મગર લગતા હૈ કી હોગા નહીં.'

'શ્યામસુંદર કી કૃપાસે ભલેચંગે હી રહોગે બાબા !'

'અચ્છા, હરિ ઓમ્ !'

'હરિ ઓમ્ !'

સોમગિરિ ગયો. જીવનના એક મુલાયમ અને મૂલ્યવાન અંશ સાથેનો સંબંધ પૂરો થયો. મનમાં સહેજ રિક્તતાનો અનુભવ થયો. આવી રીતે એક પછી એક... બધા જાય અને અહીં બેઠા રહેવું ઠીક નથી લાગતું. ઈશાને નક્કી કર્યું, હવે નીકળી

જવું જોઈએ. નહીંતર નિરંજનભાઈના ખાલી ઘરમાં ભાઈઓનું આક્રમણ ખાળવાનો કોઈ રસ્તો નહીં જડે. આ લોકોનું સ્વિટ્ઝરલેન્ડ જવાનું થાય તે પહેલાં જ જવું. આજે જ તે સાચો પરિવ્રાજક થશે. આશ્રમમાંથી નીકળ્યો ત્યારે તો ખરોખોટો પણ એક સંબંધ મનમાં હતો – એક ગન્તવ્ય સ્થાન હતું, મુંબઈ.

આજે મુંબઈ છોડતી વખતે બધી દિશાઓ ખુલ્લી છે, કશે કોઈ સીમાચિહ્ન નથી. અનુવાદનો ભાર પણ નથી. કર્તવ્ય બધું પૂરું થઈ ગયું છે. ઓચિંતો વિચાર આવ્યો. આટલાં બધાં પુસ્તકો સાથે રાખીને શું કામ છે ? એક ભગવદ્‌ગીતા બસ થઈ ગઈ. મોંએ છે, તોયે પુસ્તક સાથે રાખવાથી સારું લાગે. જાણે કોઈ આપ્તજન સાથે છે, પોતે તદ્દન એકાકી નથી. રજતને જઈને કહ્યું, 'તને કંઈક ભેટ આપવી છે.'

'ઓહો !'

'મને નહીં ?' ઇપ્સિતા બોલી.

'તું પણ વાંચજે.' કહી ઈશાને પોતાનાં બધાં પુસ્તકો રજતના પલંગ પાસે મૂકી દીધાં.

'ઈશાનબાબા ! શું છે આ બધું ?'

કંઈ નહીં... તારે જ્યાં જવું છે ત્યાં પહોંચવામાં મદદ થશે તને.'

'અને તમારે નહીં જોઈએ ?'

'મેં વાંચી લીધાં છે.'

'તોયે – જોઈતાં હશે તો જ સાથે રાખ્યાં હશે ને ?'

હવે લાગે છે, ભૂલ થઈ હતી.'

'બાબા ! સાચું કહો, તમે જતા રહેવાના છો ને ?'

'હા.'

'ક્યાં ?'

'નથી ખબર.'

'એકદમ પાક્કું ? જવાના એટલે જવાના જ ?'

'હા.'

'અને મારે આ લોકોની સાથે સ્વિટ્ઝરલેન્ડ જવાનું ?

'હા.'

રજતે નિસાસો નાખ્યો. એ જાણતો હતો, ઈશાનબાબા હવે કોઈ રીતે પોતાનો નિર્ણય બદલશે નહીં. ઠીક, તો પછી રડી કકળીને એમને શા માટે ત્રાસ આપવો ? જાણે પોતાને પાછો વાળવા જ એ આવ્યા હતા. કામ પતી ગયું, હવે ચાલી જશે.

ઇપ્સિતા બેઠી બેઠી આ બધું સાંભળી રહી હતી. ખૂબ દુઃખી થઈને એ બોલી, 'તમે આવા કેવા છો બાબા ? તમને કોઈની જરાયે માયા નથી ?'

ઈશાને જવાબ ન વાળ્યો.

રજતે એનો હાથ પકડીને કહ્યું, 'સાચે જ, કોઈ દિવસ સાધુ સાથે સ્નેહ ન કરવો. એ લોકને સામી લાગણી ન થાય. મન થાય એટલે ચાલી જાય. જરા સામું જોવા કે આંસુ લૂછવા પણ ઊભા ન રહે.'

'હું ક્યાં સુધી છું ?'

'હતા તો ખરા ને ! મારા મનથી તો હજીયે છો, પણ સાચી વાત કહું, બાબા ? મનનો ખરો, ઊંડો પ્રેમ તો સાધુ સાથે જ થાય છે.'

હાથ છોડાવી લઈને ઈશાન બોલ્યો, 'કહેતો હતો ને, સાધુ સાથે સ્નેહ ન કરવો ?'

'સાચું જ છે તો ! દુઃખી થવાય. પણ આ સ્નેહ તો – થઈ જાય છે. પૂછીને પારખીને તો કરાતો નથી.'

થોડી વાર સુધી કોઈ કંઈ બોલ્યું નહીં. પછી રજતે એની મોટી સુંદર આંખો ઈશાનના ચહેરા પર ઠેરવીને કહ્યું, 'બાબા ! ખરું કહેજો – ક્યાં જવાના છો તે નક્કી નથી ને ?'

'ના.'

'તોય જશો જ ?'

ઈશાને સ્મિત કર્યું. રજતે સ્મિતનો જવાબ ન વાળ્યો. ગંભીરતાથી એની સામે જોઈને કહ્યું, 'અમે તો નિર્મોહી નથી, બાબા ! અમને તમારી ખૂબ યાદ આવશે. કોઈ વાર મન થાય તો ખબર આપજો, ક્યાં છો, કેમ છો... આપશો ? કામ પડે તો યાદ કરશો ?'

'કરીશ, પણ પ્રાર્થના કરજે કે એવો પ્રસંગ ન આવે. બીજી એક વાત...નિરંજનભાઈને હમણાં કહીશ નહીં કે હું જાઉં છું. પછી ભલે જાણતા.'

'તો શું આજે જ જાઓ છો ?'

'નક્કી કરી લીધા પછી આજ શું ને કાલ શું ?'

ઇપ્સિતા છાનીમાની જતી રહી હતી. પાછી આવીને પરાણે એક કવર ઈશાનના હાથમાં ખોસી દેતાં બોલી, 'સમસોગન તો તમે માનો નહીં, બાબા ! પણ આજે મને ના ન પાડશો... જતી વખતે દુઃખી ન કરશો.'

'અરે...પણ...આની કોઈ જરૂર નથી.'

'તમને તો ક્યારેય કશી જરૂર હોતી નથી, ઈશાનબાબા ! આટલું મારું મન

રાખો, નહીંતર તમને જવા નહીં દઉં.' ઇપ્સિતા દૃઢતાથી બોલી.

'તે કેવી રીતે ?'

'જોવું છે ?'

'ના, મહામાયા ! ના ! તારો આ પ્રસાદ લીધો, બસ ? હવે રાજી ?'

'રાજી તો શી રીતે કહું ? પણ જવાના જ છો તો – સાચવીને જજો.' સજળ નેત્રે ઇપ્સિતાએ નીચે નમીને પ્રણામ કર્યાં. ઈશાને બન્ને જણના માથા પર હાથ રાખીને આશીર્વાદ આપ્યા અને પછી કંઈ જ બોલ્યા વગર ચાલ્યો ગયો. ભાઈબહેને એકબીજા સામે જોઈને મનથી જ નક્કી કરી લીધું કે આ વિદાય જ બરાબર હતી. બારણા લગી જવું કે વિધિસર નીચે જવું એ બધું ઈશાનને ન ગમે. એ આ ઘરમાંથી હંમેશ માટે જાય છે એ વાત પછી છાની ન રહે.

લટાર મારવા નીકળ્યો હોય એમ જ ઈશાન ઘરની બહાર નીકળ્યો. સાથે નાનકડો એક જ થેલો હતો. કપડાં, ચાદર અને ભગવદ્ગીતા. લિફ્ટમાં નીચે ઊતરતાં ફ્રાન્સિસ યાદ આવ્યો. એને મળવું જોઈએ, પણ એની વિદાય લેવા જતાં બધી ગરબડ થઈ જાય... પહેલે મુકામે પહોંચીને જ બન્ને ભાઈઓને કાર્ડ લખી દેવાનાં – બસ ! જોકે પહેલો મુકામ ક્યાં હશે એની કંઈ ખબર નથી.... પણ સારું છે, એ જ બરાબર છે. વિચારમાં ને વિચારમાં દરવાજાની બહાર નીકળીને થોડું ચાલ્યો હશે ત્યાં પાછળથી અવાજ આવ્યો, 'સાધુ અંકલ !'

પગ અટકી ગયા, પાછું વાળીને જોવાની ખાસ જરૂર નહોતી તોયે જોવાઈ ગયું. કરણ દોડતો દોડતો આવતો હતો, પાસે આવીને સહેજ શ્વાસભર્યા અવાજે બોલ્યો, 'સાધુ અંકલ ! હું તમને ખાસ મળવા આવ્યો, નેન્સીને ઘેર નહીં જતા શી'ઝ નો ગૂડ !' એના કરતાં અમારે ઘેર જ આવજો, આવશો ને ?

ઈશાને કશો જવાબ ન આપ્યો. એ પોતાની ધૂનમાં જ બોલ્યે જતો હતો, 'વી'લ થ્રો અ બિગ પાર્ટી. હું મારા બધા ફ્રેન્ડ્ઝને બોલાવીશ. એમને બધાને તમે બહુ ગમો છો. ધે લાઈક યુ, સાધુ અંકલ !'

'હું તો એ લોકોને મળ્યો નથી. મને ક્યાંથી ઓળખે એ બધા ?'

'મારા અંકલ છો ને !'

સારું લાગતું હતું આ છોકરાના અંકલ થવાનું... એના ભોળા ચહેરા પરનો કંટાળો અને થાક લૂછી કાઢી આનંદ અને ઉત્સાહ પ્રગટાવવાનું કેવું ગમે !

પણ ન થાય ! આ કંઈ ઉત્તરકાશીનો આશ્રમ નથી. અને કરણ કંઈ રજત નથી. કરણને માથે કેટલીયે જાતનાં બંધન અને બોજા છે. આખી દુનિયા જ જુદી છે. ભલે એ દુનિયામાં એ તરફડતો, ઈશાનથી એને બહાર કઢાય નહીં. અને એનો

તરફડાટ જોવાય પણ નહીં. કદાચ થોડાં વર્ષો પછી એને પણ આ બધું કોઠે પડી જશે, એનાં માબાપે પસંદ કરેલા બીબામાં એ ઘડાઈ જશે, શાંત થઈ જશે.

'સાધુ અંકલ !'

'બોલ કરણ !'

'આ થેલામાં શું છે ? તમે કશે જાઓ છો ?'

'હા, ભાઈ !'

'ક્યાં જાઓ છો ?'

'નક્કી નથી.'

'એટલે તમે અમારે ઘેર રહેવા નહીં આવો ?'

ઈશાન કંઈ બોલ્યો નહીં. થોડી વાર મૂંગો ઊભો રહીને કરણ આસ્તેથી બોલ્યો, 'આઈ નો. ઇટ ઇઝ બિકોઝ ઑફ મમી ! પણ હું તમને એક વાત કહું ? હું તો રોજ રૂમનું બારણું બંધ કરીને તમે શીખવેલું એ જ મેડિટેશન કરું છું. આઈ લાઈક ઈટ ! મમ્મીને ખબર જ નથી... પણ હવે તમે નહીં આવો – કેમ ? મે બી આઈ કેન કમ ઓવર. હમણાં નહીં, ભણી લીધા પછી, મોટો થઈશ ત્યારે હું જરૂર તમને મળવા આવીશ. સાધુ અંકલ !'

'જરૂર આવજે.'

'હવે તમારાથી આઇસક્રીમ ખવાય, સાધુ અંકલ ?'

'હા.'

'ચાલો, હું તમને ખવડાવું. પેલા સામેના પાર્લરમાં બહુ એક્સલન્ટ મળે છે.'

'ચાલ.'

નાની એવી દુકાન હતી, પણ એકદમ ચોખ્ખી. ચાર જ ટેબલ હતાં. લાલ ચોકડીવાળાં ટેબલ ક્લોથ નાખેલાં અને ઊંચી પીઠવાળી ગોળ બેઠકની નેતરની ખુરશીઓ. કરણ અને ઈશાન સામસામે નહીં, પણ પાસે પાસે બેઠા. આઇસક્રીમનો ઓર્ડર આપી દીધા પછી કરણ પોતાની જાતને જ કહેતો હોય તેમ બોલ્યો, 'ઈટ્સ ઓ કે ! તમારે જતા રહેવું જોઈએ. અમારે ઘેર ના આવવું જોઈએ. ત્યાં તમને ના ગમે. અમને કોઈને ગમતું નથી. વી આર નૉટ હૅપી, સાધુ અંકલ ! નોબડી ઈઝ હૅપી ઓવર ધેર ! તમે જ્યાં જાઓ છો ત્યાં – વિલ યુ બી હૅપી ધેર, સાધુ અંકલ ?'

'આઇ હોપ સો.'

'આઇ વિશ યુ આર... પણ હું તમને યાદ કરીશ હં કે સાધુ અંકલ ! અને એક વખત મળવા આવીશ. તમે મને તમારું એડ્રેસ મોકલજો.'

'વારુ.'

આઇસક્રીમ પૂરો થયા પછી કરણે પૂછ્યું, 'બીજો ખાશો ?' ઈશાને ના પાડી. બન્ને જણ ઊઠી ગયા. છૂટા પડતી વખતે કરણે હાથ પકડીને કહ્યું, 'વિશ યુ ઑલ ધ બેસ્ટ, સાધુ અંકલ ! વ્હેરેવર યુ ગો.'

'થૅન્ક યુ, કરણ !' કહી ઈશાને સ્ટેશન તરફ ચાલવા માંડ્યું. મનમાં તરંગ આવ્યો, હજુ વૃન્દાવન જોયું નથી. ઇપ્સિતાએ આપેલા રૂપિયામાંથી ત્યાં પહોંચવાની ટિકિટ તો કઢાવી શકાય. ગુરુજી ઘણી વાર વૃન્દાવનની વાત કરતા હતા. એક વખત નજરે જોઈ લેવું. કોઈ ઓળખતું તો નથી, શાન્તિથી રહેવાશે... જોઈએ, વેદાન્તી મન પર કૃષ્ણનું કામણ અસર કરે છે કે નહીં... ગન્તવ્ય સ્થાન નક્કી થતાંની સાથે પગ બહુ ઝડપથી ઊપડવા માંડ્યા. અચાનક રાહદારીઓને રસ્તો ઓળંગવાની રજા આપતી લીલી લાઈટ બંધ થઈ ગઈ. ઈશાન કોઈ સાથે અથડાઈ પડ્યો. પેલાએ ડોળા કાઢ્યા. ઈશાને હસીને કહ્યું, 'સૉરી !'

'ઈતની જલ્દી ભી ક્યા હૈ ?'

સાચું કહેતો હતો એ. ક્યાંય કશી ઉતાવળની જરૂર નથી હોતી. ઈશાનને તો ખાસ નહીં. હવે એને ફક્ત વૃન્દાવન જવું હતું, અને વૃન્દાવન તો બધાની રાહ જુએ જ છે.

□□□